மிகை

குறுங்கதைகள்

மிகை

குறுங்கதைகள்

குட்டி ரேவதி

எழுத்து
பிரசுரம்

Title: Migai
Author's Name: Kutti Revathi

Published by Ezutthu Prachuram

Ezutthu Prachuram
(An imprint of Zero Degree Publishing)
No. 55(7), R Block, 6th Avenue,
Anna Nagar,
Chennai - 600 040

Website: www.zerodegreepublishing.com
E Mail id: zerodegreepublishing@gmail.com
Phone : 89250 61999

Ezutthu Prachuram First Edition: January 2023
ISBN: 978-93-90053-34-6
TITLE NO EP: 401

Cover Art: Georgia O'Keeffe
Layout: Vidhya Velayutham

1. விசித்திரம்

மனிதன் தான் மரணத்தைக் கண்டுபிடித்தான். தொடக்கத்தில் மனிதர்கள் மரித்ததே இல்லை. அப்படியே மரித்தாலும் மூன்று நாட்களில் உயிர் மீண்டார்கள். மரித்துப் புதைத்தாலும் உருவமில்லாமலேயே மீண்டும் பிறந்து வாழத்தெரிந்தவர்களே மனிதர்கள் என்பதைக் கண்டுபிடித்து மனிதரே மனித குலத்திற்கு அறிவித்துக்கொண்டார்கள். நிலைபெற்ற மரணம் நிகழத்தொடங்கியது சில ஆயிரம் ஆண்டுகளாய்த் தான். 2020 ஒரு விசித்திரமான ஆண்டு. தனிமை நோயால் தனியே மரித்துப்போவது, தீண்டாமை கொண்டாடிய சிறுமியின் கருப்பை ஆழம் வரை தீண்டிக்கொல்வது, பெற்ற குழந்தையை நரபலி கொடுப்பது, குளம் ஒட்டிய வீடு நோக்கி நடந்தவர் நீர் வறட்சியில் இறந்து போவது, கூட்டமான பயணிகளின் ஊடே ரயில் பாய்ந்து கொல்வது, நோயுற்றவரை ஊரார் விரட்ட அவர் தண்டவாளத்தில் தற்கொலையுறுவது, பசிக்கு உணவின்றி கூட்டாய்க் குடும்பமாய்த் தூக்கிட்டுக்கொள்வது, தாயை நால்வராய் ஐவராய் வன்கொலை செய்வது, அம்மாவின் புடவையுலகில் விளையாடும் குழந்தை உணராதபடிக்குப் பெற்றவள் மரித்திருப்பது, கருப்பின் கழுத்தை வெள்ளையின் முழங்கால் அழுத்திக்கொல்வது என்று விதவிதமான விசித்திர மரண முறைகள் நிகழ்ந்து கொண்டிருந்தன. விசித்திரமான

படுகொலைகளைச் செய்வதில் ஆர்வமுற்ற மனிதர்கள் எல்லாம் ஒரே தேசத்திற்கு விரைந்தது போல் ஒரு பூமி. மனிதனே இன்னொரு மனிதன் தலையில் துளைக்கருவியை வைத்துத் துளைத்து மரணம் அறைந்தது கூட நிகழ்ந்ததுண்டு. நொடி முற்களின் கால்களால் நடந்து கொண்டிருந்தது காலம். எல்லாமே விசித்திரமான மரண நிகழ்வுகளாக மாறிக்கொண்டிருந்தன. மனிதன் யார் என்றால் விசித்திரமான மரணங்களை வடிவமைப்பன் என்று கண்டுபிடித்த யானையையும் நமக்குத் தெரியும். எதுவுமே விசித்திரமாக நிகழ்கிறது, இந்நாட்களில்.

2. கடல் கைவிடாத நகரம்

அவளை நான் சந்தித்ததும் அந்த மேலைத்தேயக் கடலின் கரையில் தான். அந்தச் சந்திப்பின் போது ஃபோனை எடுத்துச் செல்ல மறந்திருந்தேன். ஆகவே, கடலையும் கடல் அலைகளாலான அவளின் பிம்பங்களையும் நெஞ்சின் அறையில் பூட்டி வைத்துக்கொள்ள வேண்டியிருந்தது.

கடல் அலை வாசலில் மோதும் வீட்டைக் கொண்ட அந்தத் தோழி, இன்று அதிகாலையே அழைத்துவிட்டாள்.

எடுத்த எடுப்பிலேயே என்னைக் கிண்டல் செய்தாள், 'உன்னை அந்தக்கடல் நகரத்துடன் தனிமைப்படுத்திவிட்டார்களாமே', என்றாள்.

கடலுடன் தனிமைப்பட்டு விட்ட என்னிடம் தென்பட்ட ஓர் அமைதியைப் பயன்படுத்திக் கொண்டவள், 'மிளகுரசம், கறிவேப்பிலை பொடி, காபி என்று மணமுடைய எதையெதையோ நினைவுபடுத்தத் தொடங்கினாள். ஊருடன் வேர் பெயர்ந்த அவளுடன் மணம் வீசும் ஒரு நகரமும் தனிமைப்பட்டு விட்டதைப் பதற்றத்துடன் வெளிப்படுத்தினாள்.

நான் சிறுவயதில் வந்து சேர்ந்த இந்த நகரம் தான், நான் கண்ட முதல் கடல் நகரம். இந்த நகரத்திற்கு நான் புலம் பெயர்ந்ததில் இருந்து இந்த நகரமும் அதைத் தழுவும் கடலலையும் சேர்ந்து

தான் என் தேசமாகி இருக்கிறது.

கடல் அளவு தனிமையைத் தன் அலைகளால் அள்ளி வந்து கொட்டி, சிறுமிகளை அரசிகளாக்கிவிடும் மகத்தான வளர்ப்புத்திறன் கொண்டது இந்தக் கடல் நகரம். இங்கு வந்து சேர்ந்த ஒவ்வொரு சிறுமியும் அரசியானதை என் அத்தனைக் கண்களாலும் பார்த்திருக்கிறேன். அந்தச் சிறுமியர் அரசியாகும் சவால்களை எல்லாம் தன் அளப்பரிய ஆற்றலால் இந்தக்கடல் அந்தச்சிறுமியர் மீது ஏவிவிட்டுக்கொண்டே இருக்கும்.

புயல், மழை, வெள்ளம், என்ன காணவில்லை சொல்லுங்கள். முன்பு ஒரு முறை, அடைமழை அடங்காத வெள்ளத்தின் போது வீடடங்கி இருந்திருக்கிறோம். அது ஒரு குறுகிய காலமே. சாலைகள் அடங்கா வெள்ளத்தின் ஆறுகளாக மாறியிருந்தன. ஆறுகளாகிய அந்தச் சாலைகள் எல்லாம் கடல் சென்று சேரும் வரை எங்கள் வானம் மின்சாரம் இன்றி இருள் சூழ்ந்திருந்தது.

ஆனால், இந்த முடிவிலா வீடடங்கலில் சூரியன் தன் கூடடையாத நீளப்பகலாக மாறியிருக்கிறது, எங்கள் கூரை. என்ன, எல்லா அரசிகளும் வீட்டுப்பெண்மணிகளாகி இருக்கின்றனர்.

உரையாடலை முடிக்க, ‘எங்களை அரசியராக்கிய அதே கடலுடன் தான் நாங்கள் தனிமைப்பட்டிருக்கிறோம், தோழி’, என்றேன் அவளிடம்.

3. பல மூளைகள்

துறவி மலையேற்றத்தில் இருந்தார். அவரைத் தாண்டி ஒருவர் பின்னோக்கி இறங்கிக்கொண்டிருந்தார். முதுகுப்பக்கம் கண்கள் இருந்ததைப் போல மிக இயல்பாக நடந்து சென்றார். அப்பொழுது துறவியை முந்திச்சென்ற ஒரு பயணி, பின் தயங்கி, 'நீங்க எங்க போறீங்க?', என்று கேட்டார்.

பார்த்தால் தெரியவில்லையா என்பதைப் போல் ஒரு பார்வையைக் கொடுத்துவிட்டு, 'மலையுச்சிக்குத்தான்', என்றார்.

'நீங்கள் துறவியா?', என்று கேட்டதற்கு, 'பார்த்தால் என்ன கடவுளைப் போலவா இருக்கிறது?', என்று முறைத்தார்.

துறவி ஏதோ கடுப்பில் இருப்பதை உணர்ந்து கொண்ட அந்தப்பயணி தொடர்ந்து அமைதியாக அவருக்கு இணையாகவே நடந்து கொண்டிருந்தார். இளங்காற்று. மலையேற்றம். அதிக வியர்வை. மூச்சுவாங்கல்.

ஓரிடத்தில் இளைப்பாறுவதற்காகத் துறவி அமர்ந்த போது, பயணியும் அருகில் அமர்ந்தார். இப்பொழுது துறவி கடுப்பும் கோபமும் தீர்ந்து நல்ல மனநிலையில் இருந்தார்.

'நீங்க எப்படி துறவியானீங்க, சொல்லுங்க?'

'அதுவா, துறவியாவதற்குத் தன்னோட மூளை மட்டும் போதாது. நிறைய மனித மூளைகள் வேணும். கோபமா இருக்கிறவங்க

மூளை, பித்தம் முத்தின மூளை, பொறாமையான மூளை, நிறைந்த காதல் உள்ள மூளை, கொலை பசி உள்ள மூளை, வெறுப்பான மூளை, ஆசை மூளை, ஆவேச மூளை, அஞ்சாத மூளை எல்லாம் வேணும்'

'அந்த மூளைங்கள எல்லாம் என்ன பண்ணுவீங்க'

'விழுங்கி என் பசியாறிக்குவேன்.'

'உங்களுக்கு இதயமே இல்லையா?'

'இதயம் எதுக்கு. அது கொந்தளிச்சி கொந்தளிச்சி அடங்கிப் போவும்... மூளை வேலையே செய்யாது. வேலையே செய்யாத நிறைய மூளைங்களாலத் தான் நான் துறவியானேன்'

பயணி எழுந்து வேகமாக மலையில் இறங்கத்தொடங்கினார்.

4. பிடிக்காத பூனை

அது கதைக்கான நேரமாய் இல்லை. வெகு படபடப்பாய் இருந்தது. ஆட்களுடன் சேர்ந்து இருப்பது தான் படபடப்பு.

'உங்களுக்கு பூனைக்கதை சொல்லட்டுமா?' என்று கேட்டாள்.

'எனக்கு பூனைகளைப் பிடிக்காது. வேண்டாம்', என்று சொன்னேன்.

'அப்ப பிடிக்காத பூனைகளைப் பற்றிக்கதை சொல்கிறேன்', என்றாள்.

அவள் உலகத்தில் பூனைகள் மலிந்திருந்தன. என் உலகத்தில் பூனைகள் என்றால் ரகசியம் அறிந்த உயிரிகள் அவ்வளவே. வேண்டாம், வேண்டவே வேண்டாம்.

'ஆமாம். பூனைகளுக்கு எல்லா மொழியும் தெரியும். மனுசன் பேசுற மொழி. பறவை பேசுற மொழி. செடி கொடிங்க பேசுற மொழி கூடத்தெரியும். அது ஒரு பிரச்சன தான். பூனைகளுக்கு எல்லா ரகசியமும் தெரியும்'

5. கத்தி

அது ஒரு தனிமைக்காலம். எங்கெங்கும் ஆண்கள் பெண்களை வதைசெய்து அலறவைத்துத் தம் தனிமையைக் கழித்துக்கொண்டிருப்பதாய் எல்லா செய்திகளும் அலறின. தனிமையின் குகைக்குள்ளிருந்து கேட்கும் ஓலம். சொல்லப்போனால், ஆண்கள் விகாரமான முறையில் விலங்குகளைக் கொல்லும் படங்களைப் பதிவேற்றி வருத்தப்பட்டுக் கொண்டிருந்தனர். ஒரு தோழி சொன்னாள்; வாதிட்டாள். 'பார், கொல்வது, வன்முறையைச் செய்வது ஆணாதிக்கச் சிந்தனையினால தான்.' இந்த யானையை, அந்தப்பூனையை, இதோ மனிதர்களைக் கூடக் கொல்வது ஆணாதிக்கச் சிந்தனை தான்'.

சிந்தனை கொல்லும் தான். அந்தத் தனிமைக்காலத்தில் தான், சிந்தனை கொல்லும் கத்தியாகும் என்ற அரிய கண்டுபிடிப்பைச் செய்தேன். 'கொரோனாவை எப்படி வெல்வது?', என்று யார் கேட்டாலும், 'சிந்திக்காதீர்கள். சிந்தித்தால் கொரோனா வந்துவிடும்', என்று சொல்லத் தொடங்கினேன். என் முழங்கையில் கிள்ளி தோழி மீண்டும் நினைவூட்டினாள். 'ஆணாதிக்கமாகச் சிந்திக்காதீர்கள் என்று சொல்!', அழுத்தம் கொடுத்தாள். அப்பொழுது உடன் இருந்த இன்னொரு தோழி, ஒரு பெண் நாயைச் சுடுவதை வீரமான செயல் போல்

எடுத்த புகைப்படத்தைக் காட்டி, ‘இப்ப என்ன சொல்ற? இது ஒரு பெண் செஞ்சது’.

புருவத்தை உயர்த்தி என் பதிலை வலியுறுத்தினாள். ‘சொல், என்ன சொல்கிறாய்!’. நான் சொன்னேன், ‘பெண்ணும் ஆணாதிக்கமாய்ச் சிந்திக்கலாம், தன் அதிகாரத்தைக்காட்ட ஒரு நாயும் கொல்வதற்கு ஒரு துப்பாக்கியும் இருந்தால். வன்முறை தானே ஆணாதிக்கச்சிந்தனை’.

6. அச்சம்

அச்சம் பற்றிய முதல் கண்டுபிடிப்பை நிகழ்த்தியவன் ஆசியா கண்டத்தின் கௌதம புத்தனே. அச்சம் என்பது 'இல்லாத' ஓர் உணர்வு. அது இப்படி, அப்படி என்று அதற்கு உருவம் கொடுத்து உங்கள் காதில் போட்டால் காது வழியாக உடலுக்குள் சென்று வளரத்தொடங்கிவிடும் என்று என் வரலாற்று ஆசிரியர் சிறுவயதிலேயே அச்சத்தைப் பற்றிய பாடத்தை எனக்கு எடுத்திருக்கிறார்.

அச்சம் என்பதே என்னவென்று எனக்குத் தெரியாது என்று வாழ்ந்தவளிடமிருந்து இன்று வந்த அழைப்பு அச்சத்தின் அத்தனைச் சொற்களாலும் நிறைந்திருந்தது.

இந்த நாட்களில் அச்சம் ஒரு பூதம் போல அவள் வீட்டில் வளரத்தொடங்கியிருப்பதாகவும் அதன் கண், மூக்கு, கால்கள் எதன் உருவமும் எங்கு தொடங்கி எங்கு முடிகிறது என்பது

தெரியவில்லை என்றும் சொன்னாள். தன் கண் முன்னாலேயே நடமாடித் திரிந்த பெண் கொள்ளை நோய்க்கு ஆளாகி மருத்துவமனை கிளம்பிச் சென்ற போது தான் அந்தப் பூதத்தின் உருவம் ஆம்புலன்ஸ் அளவிற்கு வளர்ந்து இருந்ததைப் பார்க்கமுடிந்ததாகச் சொன்னாள்.

மனித உடலுக்கு அச்சம் என்பதே என்னவென்று தெரியாத

மூதாதையர்களிடமிருந்து தான் நாம் வருகிறோம் என்று என் அம்மா சொன்னதுண்டு. அதாவது, இடது கை அறுவை சிகிச்சையை வலது கையால் தனக்குத் தானே செய்து கொண்ட மரபினர் தாம் என்பார். இருளின் தொலைதூரங்களை இதயத்துடிப்பின் வேகம் மாறாமல் கடப்பவர் உண்டு.

அச்சம் ஒரு தொற்று நோய். ஒவ்வொருவரிடமிருந்தும் இன்னொருவருக்குச் செல்லும் போது கொஞ்சம் கூடுதலாக அளவில் வளர்ந்துவிடுவதால், அதன் அளவை நீங்கள் அறியவே முடியாது. உருவ அளவை அறிந்தால் தானே அழிப்பதற்கு. பாருங்கள், அப்படியானால் காலத்தின் பாதை தோறும் நாம் ஒருவருக்கு ஒருவர் வளர்த்து வந்த அச்சம் எனும் கிருமியின் பூத அளவு எவ்வளவு பெரியதாக ஆகியிருக்கும் இந்நேரம். இன்று அந்தப் பூதத்தின் பெயர் தான் கொரோனா.

அச்ச உணர்வை விட்டு முற்றிலுமாக வெளியே வந்துவிடும் போது, கனமழை பெய்யத்தொடங்கிவிடுகிறது.

7. மனப்பூட்டு

அவள் மனம் வெகு காலமாகவே பூட்டப்பட்டிருக்கிறது. அப்படிப் பூட்டப்பட்டு இருபத்தைந்து ஆண்டுகளுக்கு மேலாக இருக்கலாம். அதற்கு முன்பே இறக்குமதி செய்யப்பட்ட பொருட்களாலும் மனிதப்பிம்பங்களாலும் நிறைந்த அறைகளால் எழும்பிய கட்டிடமாகிவிட்டது, அந்த வீடு. ஞெகிழிப்புழக்கத்திற்கு முன்பான காலமென்று சொல்லலாம். நூலாம்படைப் பூத்திருந்த மேற்கூரையும் வழக்கமானது தான். அவளாகக் கதவை உள்ளேயிருந்து திறக்கவேண்டும். அல்லது யாரேனும் வெளியிலிருந்து கதவை முட்டித் திறக்கவேண்டும். ஆனால், எப்பொழுது விருந்தினர்கள் வந்தாலும், கதவைத் தட்டினாலும் அடித்து விரட்டும் சில சொற்கள் மட்டுமே அவளிடம் இருந்தன.

ஊரில் எல்லோருக்கும் தெரியும் அந்த வீடு எப்பொழுதும் பூட்டப்பட்டிருக்கிறது என்று. எப்படித்தான் அவள் அன்றாடங்களைக் கழிப்பாள், பால் பாக்கெட் வேண்டாமா, இந்த மாநகரத்தில் மெட்ரோ தண்ணீ வேண்டாமா, காய்கனிகள் அவசியமில்லையா என்று அங்கலாய்ப்பாள் சில வீடுகள் தள்ளி வசிக்கும் பாட்டி. அந்தப்பாட்டிக்கு என்ன வயதென்றே தெரியாது. சிலர் தொன்னூறு என்கின்றனர், சிலர் நூறுக்கும் மேல் என்கின்றனர். திடகாத்திரமான உடலும் மனமும்

அவள் வயதினை வென்று கொண்டிருக்கின்றன. மாலை நேர நடைப்பயிற்சியின் போது வைத்த கண் வாங்காமல் பூட்டப்பட்டிருக்கும் அந்த வீட்டைப் பார்த்த படியே நடந்து செல்வாள். அந்த வீட்டின் முன் பொற்கொன்றை சரசரமாகப் பூத்துத் தொங்கும். வீட்டில் அவ்வப்பொழுது விளக்கு எரிவதுண்டு. அந்த வீட்டில் இருந்தவள், பெரும்பாலும் இருளை நேசித்தாள் போல. பகல் பொழுதுகளில் ஜன்னல்களை இறுக்கமாகப் பூட்டியிருந்தாள்.

தொலைபேசி எண் இருந்தால் அவளிடம் நேரிடையாகப் பேசிவிடலாம். அவள் தான் இருபத்தைந்து ஆண்டுகளுக்கு முன்பே கதவடைத்துக் கொண்டுவிட்டாளே. ஒரு நாள் அந்த வழியாக நடந்து சென்ற பாட்டியின் காலில் துருப்பிடித்த ஒரு சாவி தட்டுப்பட்டது. மிகவும் பழைய சாவி தான். பாட்டிக்குப் பொறி தட்டியது போல் இருந்தது. முயற்சி செய்து பார்ப்போமே என்று அந்த மூடப்பட்டிருக்கும் கதவைக் கடினமுயற்சியுடன் அந்தச்சாவியை வைத்து திறந்தாள். கதவு திறந்து கொண்டது. உள்ளே வீட்டில் இருந்த பெண் இருபத்தைந்து ஆண்டுகள் முன்னே ஊர்ந்து போய் சிறிய குழந்தையாகி இருந்தாள்.

8. இயந்திர மனிதர்

புத்தக அலமாரியைத் தூய்மை செய்துகொண்டிருந்தபோது பழைய புத்தகத்தில் மடித்து பத்திரப்படுத்தப்பட்டிருந்த ஒரு கடிதம் வெளிப்பட்டது. என் கையில் கொடுத்து, 'இதென்ன?' என்றாள் இயந்திர மனிதகாலத்தைச் சேர்ந்துவிட்ட அவள். அந்தக் கடிதத்தின் நைந்து போன மடிப்புகளைப் பிரித்ததுமே சட்டென்று என் பால்யம் திறந்து கொண்டது. கைவிளக்குடன் நடந்து சென்ற இருண்ட தெரு, காற்று பேய்ச்சத்தமாய் வீசிய மாந்தோப்பு, முத்தத்தை மறுத்து ஓடிச்சென்ற மண்சுவர் விளை எனக் காட்சிகள் விரிந்தன.

'இது தான் கடிதம்', என்றேன். 'அப்படின்னா?'. 'இதயத்தை பேப்பர்ல மடிச்சி அனுப்பி, அவங்க அனுப்புற இதயத்தப் பிரிச்சி வாசிக்கிற ஒரு பழைய சமாச்சாரம்', என்றேன்.

'என்ன இல்லை, இன்னைக்கு. வாட்ஸ் அப்பே போதும். உடனுக்குடன் இதயத்த தட்டி விட்டுரலாம்', என்றாள்.

மழை வருவது போல இருந்தது. வீட்டின் பின்புறம் இருந்த வில்வ மரம் மழையில் நனையத்தயாராகியது போன்ற ஓருணர்வு மோனத்தில் ஆழ்ந்திருந்தது.

'நீங்க கடிதம் எழுதியிருக்கீங்களா?'

‘ஆமா, இலட்சக்கணக்கான கடிதம்’

‘யாருக்கு?’

‘இவருக்கு, என் தோழிகளுக்கு, கத்தைக் கத்தயா எழுதியிருக்கேன்’

‘காதல் கடிதமா’

‘காதலெல்லாம் கடிதத்துக்குப் பின்னாடி வந்துச்சி. முதல்ல கடிதம் தான்’

அவள் கண்கள் அகல விரிந்தன. கால நடை அன்று வேறாக இருந்தது. ஒரு கடிதம் எழுதி அஞ்சலாகிச் சேர்ந்து பதிலாகி மீண்டும் அஞ்சலாகி வந்து சேரும் காலத்தின் சுவடுகள், கண்ணீர்த்துளிகள், புன்னகை காற்றில் திரிந்தன. அவள் நாவல் வாசிப்பவள் என்பதால் கடிதங்களின் கால நடை என்ன என்பது சட்டென்று அவளுக்குப் புரிந்துவிட்டது. கூடுதலாக இயந்திரமனிதராகவும் இருப்பதால் அவள் இயந்திரம் நொடிகளால் இயங்குவது என்பதால் இந்தக் கடிதம், காத்திருப்பு, கால நடை என்பதெல்லாம் தனக்கானவை இல்லை என்று அந்தக் கடித வடிவத்தை மறுத்தாள். அவளின் கால அட்டவணை நொடிக்கணக்கில் நகர்ந்தது. 7.3.59 – க்கு அவள் தன் ஒரு நடவடிக்கையிலிருந்து இன்னொரு நடவடிக்கைக்குச் சட்டென்று நகர்ந்துவிடுபவளாய் இருந்தாள்.

மழை ஆர்ப்பாட்டமாய்ப் பெய்யத் தொடங்கியது. கருவண்டு ஒன்று வில்வமரத்தின் பூக்களைச் சுற்றிவந்தது. அவ்வப்பொழுது பூக்கள் மீது அமர்ந்தது. காலம் ஆண்டுகள் 2020, 2021, 2022 என முன்னோக்கி நகர்வதெனக் கொண்டால், மனிதப் பரிணாமம் 2022, 2021, 2020 என்ற வரிசையில் தான் முன்னோக்கி நகர்வதெனக் கொள்ளவேண்டும்.

என் கையிலிருந்த கடிதத்தை மடித்து வைக்கையில் அப்படியே நான்கு கதவுளாலும் மூடி அடைக்கப்பட்டது அந்தப் பதின்பருவமும்.

9. நோய்

அவள் முதன்முதலாய் நோய்ப்படுக்கையிலிருந்து விழித்தாள். எவ்வளவு காலம் அப்படிப் படுத்திருக்கிறாள் என்று எவருக்கும் தெரியாது. நாட்களை எண்ணிக்கொண்டிருந்த அவளுடைய மகனும் எண்களை மறக்கத்தொடங்கியிருந்தான். அவளிடம் மூச்சு மட்டும் வந்து கொண்டிருக்கிறது.

மனிதர் தனக்குத்தானே வழங்கிக்கொள்ளும் நீதியே நோய் என்பது. மற்றவர்கள் வழங்கினால் தண்டனை, அநீதி, காயம் என்ற குற்றச்சாட்டுகளாகும். தன் நோய் குறித்து ஒருவர் ஒன்றும் சொல்லமுடியாது.

அவள் உடலைக்கொஞ்சம் கொஞ்சமாக மரணம் நெருங்கிக்கொண்டிருந்ததை மகன் உணர்ந்தான்.

விழித்ததும் அவள் சொன்னது இது தான், ‘அவரவர் நோயின் உலகத்திற்குள் அவரவர் தான் செல்லமுடியும்’.

மகன், ‘புரியிற மாதிரி சொல்லுங்க’.

‘நோயின் குறிகுணங்கள் எதுவும் புத்தகத்தில் உள்ளது இல்ல. ஒவ்வொரு நோய்க்கும் ஒவ்வொரு மாதிரியான குறிகுணம். பொதுவான குறிகுணத்தத் தேடி டாக்டரெல்லாம்

கண்டுபிடிக்கிறது அவரவரோட நோயோட குறிகுணத்தத்தான்’.

‘டாக்டர் உனக்கு சர்ஜரி பண்ணினாரே’

‘ஆமா. அது என்னோட உடல் இல்ல. அவர் உடல்னு நினைச்சிக்கிட்டு இருந்ததை அறுத்துப் பிரிச்சி எதையோ சேர்த்தாரு’

மகன் திகைத்தான். ‘இப்ப உனக்கு வந்திருக்கிறது என்ன நோயின்னாவது நீ சொல்லு’

‘புது நோய்.

10. தீரா நோய்

அவளுக்குத் தீரா நோய். நோயின் குறிகுணங்களைத் தேடி அறிந்துகொள்ள முயற்சித்த மருத்துவர் அலுத்துப்போயிருந்தார். அவளுக்கென்றே நியமிக்கப்பட்டிருந்த சிறப்பு மருத்துவர் அவர். நூலகத்தின் எல்லா மருத்துவ நூல்களிலும் தேடியும் அவளுடைய மொத்த குறிகுணங்களையும் குறிக்கும் ஒரே நோய் என்று எதுவும் இல்லை. அவளுடைய நோய் என்னவென்று கண்டறிந்து குணப்படுத்துவதாக, அந்த மருத்துவர் தன்னை எள்ளி நகையாடிய ஒட்டுமொத்த மருத்துவ உலகிற்கே சவால் விட்டிருந்தார். குளிக்காமல், உறங்காமல், புழக்கத்தில் மூழ்கி அவரும் ஒரு நோயின் சுழலுக்குள் விழுந்துகொண்டிருந்தார்.

தினம் தினம் வலியில் போராடிய அவளைக் காப்பாற்றுவதற்காக யார் யாரோ களமிறங்கினர். அவளுக்காக எல்லா பாதைகளும் மாற்றியமைக்கப்பட்டன. எல்லா சாவிகளையும் அவள் தனக்குள்ளேயே பதுக்கி இருளுக்குள் மூழ்கியிருந்ததை அறிந்த துறவி ஒருவர் அவள் பெயரை ஒட்டியிருந்த இருள் என்ற சொல்லை நீக்கும் ஒரு வழியையும் சொல்லிச் சென்றார். அவள் பெயரின் பின்னொட்டு நீக்கப்பட்டது. இருளற்ற ஒளியின் சுடராக அவளை ஆக்கும் முயற்சியில் ஒரு துறவியும் இணைந்து கொண்டது செய்தித்தாள்களில் தலைப்புச்செய்தியானது.

அந்தத் தீரா நோய் மூன்றாவது தலைமுறையிலும் நீடிப்பது தான் விவாதங்களிலும் இன்னும் முக்கியத்துவத்தைக் கொண்டிருந்தது. அவளுடைய அம்மா, அவளுடைய அம்மாவின் அம்மாவிற்கு இருந்த நோயின் தொடர்ச்சியாக முற்றியிருந்த நோய். மனநோய் என்றும் சொல்வதற்கில்லை. வலியும் காயங்களும் முடக்கங்களும் உடலில் தோன்றி ஒவ்வொரு கணமும் இம்சித்தன. மனம் என்று ஒன்று இருந்திருந்தால் உடலின் நோய்களை எல்லாம் மனதிற்கு இடம்பெயரச்செய்திருக்கலாம் என்று மருத்துவர் தன்னந்தனியே தனக்குள் புகைந்து கொண்டிருந்தார்.

உடலின் உச்சியில் எப்பொழுதும் கலசம் வைத்தது போல கோபம் தழல் கனலாய் எரியும் தலை. அருவமான கோபத்தில் அவள் ஆழ்ந்து போவதைப் போல் அந்த மருத்துவர் அவளிடம் பரிவு கொண்டிருந்தார். ‘உனக்குத் தோன்றிய நோய் என்னவென்று நீயே சொன்னால் தான் உண்டு’, என்று சோர்ந்து போயிருந்த ஒரு நாளில் கொள்ளை நோயொன்று தீவிரமாகப் பரவி நகரத்தைத் தாக்கத் தொடங்கியிருந்தது. ஒட்டுமொத்த மக்கள் கூட்டமும் எதைக்கண்டாலும் அஞ்சத்தொடங்கியிருந்தனர். குறிப்பாக, இளைப்பிருமல் கொண்ட மனிதர், வெட்டுக்கிளியின் கூட்டம், தனிமையின் கதவால் அடைக்கப்பட்டிருக்கும் வீடு.

அவளுக்காக நியமிக்கப்பட்டிருந்த சிறப்பு மருத்துவர் கடைசியில் இப்படி ஒரு குறிப்பை எழுதினார். “கொள்ளை நோயைத் தவிர எல்லாமே சிறப்பு நோய். அவரவரே தனக்கு உண்டாக்கிக்கொள்ளும் நோய். அவருக்கு அவரே படைத்துக்கொள்ளும் நோய் எல்லா வடிவிலும் அவரைச் சூழத்தொடங்கும். சில சமயங்களில் இன்பம் கூட நோயின் முக்கியமான குறிகுணம் தான்”.

அன்று மாலையில் சூரியன் உடைந்து கடலில் கரைந்தது. சிறப்பு மருத்துவரும் கடைசியாக அவள் வீட்டின் கதவைச் சத்தம் கேட்காதபடிக்குச் சாத்திவிட்டு மெல்ல வெளியேறினார். அன்று அவளிடமிருந்து வலியின் முனகல் ஏதும் தோன்றவில்லை. அவள் நோயை மறந்து எல்லோரும் கொள்ளை நோயின் பக்கம் தன் கவனத்தைத் திருப்பியிருந்தனர்.

11. கிழவி

இறந்து விட்ட தன் மூதாதையருடன் சேர இன்னும் பல இலட்சம் மைல் தொலைவு நடக்கவேண்டும் என்று சொன்னாள் அந்தக் கிழவி. அவளுக்கு வயது நூற்றிமூன்று. முதுகு வளைந்து கால் எலும்புகள் இளைத்து, ஒரு தடியினையும் துணைக்கு வைத்துக்கொண்டாள். அவள் வாழும் இடமென்பது கடற்கரை ஒட்டிய சிறிய குடிசைக் குடியிருப்பு. சேறும் சகதியும் மக்கிப் போய்விடும் புறம்போக்கு ஏரி ஒன்று தான் அவள் இருக்கும் குடியிருப்பை மொத்த உலகத்திடமிருந்தும் பிரித்து வைத்திருக்கிறது. எப்பொழுதாவது மழை நீர் பொழியும். அப்பொழுது அந்த ஏரியில் நீர் தெளியும். அதை தன் உள்ளங்கையில் அள்ளிக்குடித்துத் தாகம் தீர்த்துக்கொள்வாள். இல்லையென்றால் நடந்து கொண்டே இருப்பாள். இன்னும் பல இலட்சம் மைல் நடக்கவேண்டும் என்று சொல்வாள். கடந்து செல்லும் பாதையில் இருக்கும் அனாதையான பூவரசமரத்தின் அடியில் கூட அவள் அமர்ந்ததில்லை. கரடு தட்டிய பாதங்களை இழுத்து இழுத்துப் பாலை பொசுக்கும் வெளியில் அவள் நடந்து கொண்டே இருந்தாள். அப்பொழுது அவளிடம் சொன்னார்கள். கொள்ளை நோய் உலகமெங்கும் என்று எச்சரித்தார்கள்.காலத்தை விடப் பெரிய கொள்ளை நோய் எது, நான் அதில் சிக்கிக்கொண்டிருக்கிறேன் என்று

புறக்கணித்துத் தொடர்ந்து நடப்பாள். எப்பொழுதாவது வானில் தோன்றும் கருமேகங்களைத் தான் உண்ணவேண்டும் என்று தோன்றும் அவளுக்கு. எப்பொழுதாவது தன் பாதங்களில் புதைந்து அங்கேயே தங்கிவிட்ட முட்களை யாரேனும் எடுத்துவிட்டால் நல்லது என்று தோன்றும். புகைபடிந்த கண்களில் முட்கள் தரும் வலியின் நீளம் தான் தெரிகிறதே அன்றி முட்களைக் காணமுடிவதில்லை.

எல்லோரும் இந்த முறையும் மகாபலிபுரத்தின் கடற்கரைக்கு மாசிமகவிழாவிற்குக் கிளம்பினார்கள். எல்லோரும் கிழக்கத்தியக்கன்னிகளைக் காணும் குறுகுறுப்பில் உயரிய அலைக்கழிப்பில் இருந்தனர். அன்று ஏனோ கிழவியால் நடக்கவே முடியவில்லை. மகாபலி புரம் வந்ததும் தன் மூதாதையரின் ஊருக்கு வந்துவிட்டோமோ என்று கூட ஒரு கணம் நினைத்தாள். கூட்டம் பெருநகரமாய் விரிந்திருந்தது. அசதியாகி ஈரக்கடற்கரைமணலிலேயே கூதல் எங்கெங்கும் வீச உறங்கிவிட்டாள். அதிகாலைச் சத்தத்தில் எழுந்தாள். உடலெங்கும் சுரவேகம் கனத்தது. கண்களை விரிக்க ஒளியின் நூலாம்படைச் சிக்கலாய் விரிந்தது. எழும்பினாள். அந்த ஒளிக்குழப்பம் நோக்கி வேகமாய் நடந்தாள். கால்களை அலைகள் பின்னிழுத்தன. எல்லோரும் கத்தினார்கள், கிழவி கிழவியென்று. இப்பொழுது கடலுக்குள் கிழவியின் கால்கள் சரவேகம் கொண்டது. ஆழக்கடலிலே எல்லா மூதாதையரும் வா வா என்ற புன்னகையுடன் அவளை எல்லா அலைக்கைகளாலும் அழைத்தனர். அவளைக் காலம் என்னும் கொள்ளை நோயினால் அவள் பீடிக்கப்பட்டாள்.

12. மூன்று தெருநாய்கள்

ஒரு ஜோடி நாய்கள் ஆணும் பெண்ணுமாக எப்பொழுதும் ஒன்றாகத் திரிவன. பெண்ணின் எல்லையில் ஆண் இருப்பதைப் பார்க்கலாம். நிறத்திலும் வடிவிலும் ஒன்றுக்கொன்று பொருத்தமாக இருக்கும். ஒரு முறை தன் தெருவை விட்டு எதிர்த்தெருவிற்குச் செல்வோம் என ஆண் நாய் வற்புறுத்த, பெண் நாய் சுணக்கம் காட்டியது. 'அங்கே ஓர் அழகிய பூங்காவைப் பார்த்திருக்கிறேன், நாம் அதன் வழியே நடந்து சென்று வருவோம்', என்றதும் பெண் நாய்க்கு பூங்காச்சாலை எப்படி இருக்கும் என்று பார்க்க ஆர்வம் ஏற்பட்டது. சாலையில் எங்கும் மஞ்சள் நிறப்பூக்கள். நிழற்சாலை. வயதில் முதிர்ந்தோர் நடைப்பயிற்சி செல்லும் சாலையும் கூட. சிலர் இந்த நாய்களைப் பார்க்கத்தவறவில்லை. அப்பொழுது எதிர்ப்பட்டது, பூணூல் அணிந்த இவர்கள் நிறத்திற்கு முற்றிலும் மாறுபட்ட செம்பழுப்பு நிறப் பெண் நாய். ஆண் நாய் பெண் நாயை விட்டுவிட்டு ஓடிச்சென்று செம்பழுப்பு நிறநாயை மோப்பம் பிடித்தது. செம்பழுப்பு நிற நாயின் முகத்தில் கேலியின் ஒரு ரேகை தென்பட்டதைப் பெண் நாய் கவனிக்கத்தவறவில்லை. ஆண் நாய், செம்பழுப்பு நிற நாயை விட்டு வரத்தயாராக இல்லை, அல்லது, அந்த நாயையும் தன் தெருவிற்கு அழைத்துச்செல்லத்

துடிப்பாய் நின்றது. அந்தச் செம்பழுப்பு நிற நாய் வேறு வேறு தெருக்கள் வழியாக அலைந்து திரிந்து இங்கே வந்திருந்தது. அதன் தனிமைக்கு இந்த ஆண் நாயின் அரவணைப்பும் உண்மையான அக்கறையும் புதியதாய்ப் பட்டது. செம்பழுப்பு நிற நாய், ஆண் நாயின் வழக்கமான பகுதிக்குக் குடியேறியது. ஆண் நாய், தன் துணையான பெண் நாயை மறந்து விட்டுச் செம்பழுப்பு நிற நாயின் பின்னாலேயே திரிவதைப் பெண் நாய் அலட்சியப்படுத்தியது. செம்பழுப்பு நிற நாய் இறுமாந்திருந்தது. அத்தெருவில் விளையாட வந்த சிறுவர்கள் தங்களுக்குள் நடத்திய சைக்கிள் போட்டியில் ஒருவன் தன் சைக்கிளைச் செம்பழுப்பு நிற நாய் மீது ஏற்றிவிட, ஆண் நாய்க்கு என்ன செய்வது எனத் தெரியவில்லை. மெல்ல அங்கிருந்து நகர்ந்து தன் பெண் நாய் விலகிச் சென்று வாழ்ந்து கொண்டிருந்த தெரு எல்லையில் கொஞ்சம் தயங்கிபடியே உலவத்தொடங்கியது. செம்பழுப்பு நிற நாய் அடிபட்ட இடத்திலேயே கிடந்து ஏங்கிச் செத்தது.

13. கதவுகள்

அவள் வீட்டில் கதவின் உட்புறம் அவள் அம்மாவும் வெளிப்புறம் அப்பாவுமாய் கதவை மோதி அடைத்துத் திறந்து சண்டையிட்டுக்கொண்டே இருந்தார்கள். கதவுகளற்ற உலகம் தேவைப்பட்ட போது தான் அவள் தன் முதல் புத்தகத்தைக் கண்டடைந்தாள். அதில் நுழைந்து வெளியேறும்போதே இன்னொரு புத்தகத்திற்குள் நுழையும் வழியைத் தெரிந்துகொண்டதால், கதவுகளற்ற உலகம் கண்டறிந்த மகிழ்ச்சியுடன் அங்கேயே உலவினாள். புத்தகத்தில் அம்மாவும் இல்லை, அப்பாவும் இல்லை. அவர்கள் மோதிஉடைத்துக்கொண்டே இருந்த ஒரே கதவும் இல்லை. ஒரு கோப்பை பாலைப் பூனைக்குக் கொடுக்க அவள் புத்தகத்திலிருந்து வெளியேறிய அந்தப்பொழுதில் பூனையையும் அவள் புத்தகத்திற்குள் விட்டு வந்திருந்தாள்.

14. நிழல்

கௌரிக்கு தோழி என்று யாரும் கிடையாது. வலது இடது இருள் ஒளி என்று மாறுபாடில்லாமல் தோழிகள் இருப்பதில்லை என்று உணர்ந்து கொண்ட வயதிலேயே தோழிகளை வைத்துக்கொள்வதை விட்டுவிட்டாள். தோழமை அநாவசியம் என்று கூடத் தோன்றிவிட்டது.

ஒரு குறிப்பிட்ட நாள் தன் அருகே நிழல் வளர்வதைக் கவனித்தாள். அப்படியாக நிழல் வளர்ந்து தேய்வதன் அர்த்தம் கூட அறிந்திராத மடமை நெஞ்சம் கொண்டவள் என்பதால், நிழலையே தோழி என்றெண்ணிவிட்டாள். காலையில் தோன்றி மாலையில் இருளுடன் பதுங்கிச்செல்லும் தோழிக்காக ஒவ்வொரு நாளும் விழித்தெழுந்தாள். தோழியுடன் பேசினாள், சிரித்தாள், நடந்தாள்.

15. இதயங்கள்

அவளுக்கு மட்டும் ஐந்து இதயங்கள் இருந்தன. தனக்கு மட்டும் ஏன் இவ்வளவு இதயங்கள் என்று அவற்றைச் சுமையாகக் கருதத்தொடங்கினாள். வாய்ப்புகளைப் பயன்படுத்தி ஒவ்வொன்றாய்ப் பிய்த்து எறிந்துவிடலாம் என்றும் காத்திருந்தாள். ஒவ்வொரு இதயத்திலும் கண்ணாடிச்சில்லுகளோ முட்களோ கொட்டப்படும்போது அவை இதயத்தின் தசைகளைக் கொடூரமாகக் கீறி வலியை உண்டாக்கி அவளைக் கதறச்செய்தன. பராமரிக்க முடியாமல் சீழ் கொண்டு நோகையில் எல்லோருக்கும் போல் தனக்கு ஓர் இதயம் போதென்று எண்ணினாள். ஒவ்வோர் இதயமாய்ப் பழுதாகிச் செயல்படாமல் ஆகையில் தான் உணர்ந்தாள். அவள் அது வரை துயரங்களைச் சேமித்து வைக்கும் இடங்களாக இருந்த அவ்விதயங்களான பெட்டிகள் பாழாமல் போனதை. அவளும் எல்லோரையும் போல் அந்த ஒற்றை இதயத்துடன் வாழப்பழகினாள். எந்த நேரமும் அந்த இதயமும் சீழ் பிடித்தால் என்னாவது என்று எப்பொழுதும் அதையும் பதுக்கிக்கொள்ள வேண்டியதாக இருந்தது.

16. தொலைவு

அவன் உடல் அவளிடமிருந்து வெகு தொலைவில் இருந்தது. ஆனால் அவன் உடல் அவளுக்குத் தேவைப்பட்டுக்கொண்டே இருந்தது எப்பொழுதாவது. மாதத்தில் ஒரு முறை கிடைக்கும் அரியதொரு வகைப்பழத்தைப்போலவேனும் அவனைத்தேடி அடையவேண்டிய உணர்வு அவளிடம் மேலிடும் போதெல்லாம் நினைவில் கண்ட அவன் உடலை நினைவாலேயே மெல்ல நெருங்கத்தொடங்கினாள். எல்லாமே அவள் எட்டும் தொலைவில் தான் இருந்தன. அவள் நாக்கு எட்டும் தொலைவில் தான் அவன் இதழ்கள். அவள் கண்கள் எட்டும் தொலைவில் தான் அவன் நாணிக்கண் புதைத்த முகமேடும். அவள் தொட்டுணரும் தொலைவில் தான் அடிவயிற்று ரேகைகளும். அவள் உராய்ந்து வெப்பம் உணரும் தொலைவில் தான் அவன் முழு உடலும். அவனுக்குக் குளிர்ச்சியூட்டும் எல்லாமும் அவளிடம் இருந்தன. நெஞ்சின் அடர் தனங்களுக்கு இடையே ஒரு காட்டுணர்வு ஓங்கி அவன் தலையை அங்கே மண்டியடையச் செய்யும் வேட்கையும் கிளறும் இதயமும். அவனை எலும்புக்கூட்டுக்குள் ஓர் இறகைப் போல செருகிக்கொண்டு அவள் முழுநாளின் பொழுதையும் தன் வேலைகளையும் முடித்துவந்தாள்.நினைவின் தொலைவில் எல்லாமே தொட்டுவிடக்கூடிய தொலைவில். பற்களுக்கு இடையே அவன் நாவை இழுத்துப்பார்க்கமுடிந்தது.

அவள் கண்ணீரால் அவன் அடர் உறுப்பினை நனைக்கவும் முடிந்தது. ஆனால் அவன் உடல் அவளிடமிருந்து வெகு தொலைவில் இருந்தது. ஆனால் அவனோ அவளின் வெகு அருகில் இடது கண்ணிற்கு வலது கண் போல எப்பொழுதும் இருந்தான்.

17. சண்டைக்களம்

அவனை தாழ்ந்த குலத்தவன் என்று அவள் அவமதித்தாள். அவளுடைய ராணியின் காதலன் மீது இருந்த ஆர்வத்தில் தான் இப்படி இன்னொருவனை அவள் செய்வதாய் ராணி எண்ணினாள். ராணியின் காதலனை ஒரே ஒரு நாள் தனக்கு அவள் கேட்டபோது, ராணி சரி என்றாள். ஆனால், நேரடியாக அனுப்ப முடியாத போர்வீரன், ஆகவே முகமூடி அணியவைத்து அனுப்புகிறேன் என்றாள். ராணி தன் காதலனை அவள் கேட்டதற்காக அவளைத் தண்டிக்கவேண்டும் என்று நினைத்தாள். அவள் அவமதித்த அவனையே முகமூடி அணிய வைத்து அவள் படுக்கைக்கு அனுப்பினாள். அவளையும் முகமூடி அணியச்செய்தாள். இருவரின் சுவாரசியங்களுக்காகவே என்றாள்.

முகமூடி அணிந்த முயக்கத்தில் இருவரும் இருக்கும் போதே, ராணி இடைபுகுந்து இருவரையும் அவரவர் பெயர் சொல்லி அழைத்து, ஒருவருக்கொருவர் காட்டிக்கொடுத்தாள். அவள் வன்மத்தின் விதையானாள். அவனைப் பின் தொடர்ந்தாள். அவனைப்புணர நேர்ந்ததை இழிவினும் இழிவு என்று கருதினாள்.

அவனோ அவனது நண்பனுடன் களி பயின்று இளமையின் தோட்டத்தில் வண்ணத்துப்பூச்சிகளைப் பிறப்பித்துக்

கொண்டிருந்தான் தன் முதுகில். ஒரு நாள் மறைவிலிருந்து அதைக் கவனித்தாள் அவள். அவள் வன்மத்தை இயக்குவதற்கான வழி கிடைத்ததாக எண்ணினாள்.

இளைஞன் ஒருவன் ஆணாகப் பருவம் எய்தும் ஒரு கொண்டாட்ட தருணம். அவள் இளைஞனிடம் சென்று அவனைப்பற்றியும் அவன் நண்பனைப்பற்றியும் சொன்னாள். இருவரையும் சண்டைக்கு அழைக்கச் சொன்னாள். இருவரும் சண்டையிட்டுக்கொண்டனர். முதலில் அது பொய்ச்சண்டை தான். பின்பு சொன்னாள். சண்டையில் தோற்பவன் தன் நண்பனைத் தன் கையாலேயே கொல்லவேண்டும் என்று.

ஆணாகப்பருவம் எய்தியவன் தான் ஆணென்று நிரூபிக்க இதைப்பயன்படுத்திக்கொள்ள எண்ணினான். தன் நண்பனை எல்லோர் முன்னிலையிலும் கொல்ல நேர்ந்ததை அவனைக் கண்டு அவள் எள்ளி நகையாடினாள். நண்பனைக் கொன்றவன் பின் கண்டவர் எல்லோரிடமும் நண்பனையே கண்டுகொண்டிருந்தான்.

18. நாங்கள்

நான் நடந்துகொண்டே இருந்தேன். நடக்கத்தொடங்கியதிலிருந்து ஒவ்வோர் அடியையும் நடக்கத்தொடங்கினேன். என்னுடன் நடந்தோர் பறந்த காலத்திலும் விரைந்த காலத்திலும் கூட நான் நடந்து கொண்டிருந்தான். நடையினால் களைப்புறாது, நடையின் பாணியை இழக்காது, நடையின் இடையில் ஓய்வே கொள்ளாது பிறரின் பறத்திலினால் கவனம் இழக்காது பிறரின் விரைதலை முந்த முனையாது நடை தளராது நடந்து கொண்டே இருந்தேன். எவ்வளவு பருவம் என்று நினைவில் கொள்ளாமல். நீண்ட தனிமையில் நடந்து கொண்டிருந்த என்னுடன் எவரும் வந்தாரில்லை. சூரியனுக்கு எதிர்த்திசையில் நடக்கத்தொடங்கிய ஒரு நாளில் என்னுடன் என் நிழல் நடக்கத்தொடங்கியது. நடப்பதன் நீட்சியை நம்பத்தொடங்கிய சிலரும் என்னுடன் நடக்கத்தொடங்கினர்.

பாதங்களால் பாதையை நீட்டியபடியே உலகத்தையே ஒருமுறை சுற்றி வந்திருந்தோம். பறத்தலின் களைத்தல் இல்லாது விரைதலின் அவசரமில்லாது கால்களால் உலகளந்த ஏழைகளின் கால்கள் ஆயின எங்களுடையவை.

19. உறவின் இடைப்பட்ட காலம்

சந்தித்த தொடக்கக்காலத்தில் இருந்து சுற்றியிருந்த களைகளையெல்லாம் பிடுங்கிக்கொண்டே இருந்த போதும் களை மண்டாமல் இருப்பதில்லை. உறவென்றால் அப்படித்தான். மாய களைகள் கண்ணுக்குத் தெரிவதுமில்லை. அப்படியே இதயத்தின் துகிலுரித்துக் கைகளில் வழங்கிவிடுவதில் மகிழ்வும் ததும்பாமல் இல்லை. மணிக்கணக்கில் சுழன்று சுழன்று வாழ்க்கையின் கிணற்றின் மர்மங்களின் இருளின் வழுக்கலின் பாசிகளின் பாதைகளின் சறுக்கிச் செல்கையில் மெய்சிலிர்த்த கணங்களின் குட்டிக்கரணங்களில் சூரியனைத் தொட்டுவந்தது போல ஒளி ஆண்டு நீளும். தொடர்ந்து சந்தித்துக்கொண்டே தான் இருந்தோம்.

ஒருவர் அழைத்தால் மற்றவர் ஓடி காலத்தின் வாசல் திறந்து ஒருவருக்குள் ஒருவர் அழைத்துச் செல்ல உறவின் எல்லா சன்னல்கள் வழியாகவும் சூரியன் கீறி விழுவதை உண்மை என்றே எண்ணும்.

இடைப்பட்ட காலத்தில் எல்லாம் மாறிவிட்டது. முகத்தை உலுக்கி இது இல்லை நான் என்று நம்ப வைக்கும் வித்தையில் என்னை மறுப்பதைத் தாங்கிக்கொள்ள முடியாமல் போகையில், ஏனோ வழியில் பார்த்தாலும் ஏதோ பார்க்காதது போல சாலையிலிருந்து விலகி எதிர்த்திசையில் மாறுவதெல்லாம்

உறவின் இடைப்பட்ட காலத்தில் தான். பார்த்தாலும் பார்க்காதது போல் மறைவதில் எல்லாவற்றையும் பார்த்துவிட்ட திகைப்பும் சலிப்பும் களைப்பும் ஒரு சேர இருமுகங்களிலும் நிழலாடும்.

20. நாள்

இன்று எத்தனையாவது நாள் என்று கேட்டாள்.

நூற்றைம்பதாவது நாளைத் தாண்டிவிட்டோம் என்று சொன்னேன்.

ஒவ்வொரு நாள் வழியாகவும் நுழைந்து வர எடுத்துக்கொண்ட தயாரிப்பின் முனைப்பைப்போல

முகத்தில் மொய்த்தது சிந்தனை.

இப்படி நடக்கும் என்று நான் எதிர்பார்க்கவில்லை என்றாள்.

எப்படி.

முகம் சிவந்து இதயம் சிவந்து கண்கள் சிவந்து சிந்தனை சிவந்தது போல்

அவள் முகம் ரோஜாவாகியிருந்தது.

21. கடல்

42 நாட்கள் கடலில் இருந்து மீண்ட ஒற்றை மீனவனை எல்லோரும் கதறியழுதபடியே எதிர்கொண்டனர். 41 மற்ற மீனவர்கள் எல்லோரும் எங்கே என்று கேளாமல் கேட்டனர். கரையில் வீழ்ந்த அவர்களின் கண்ணீர்த்துளிகள் கரை தொட்ட அலைகளில் கலந்து அப்படியே கடலுக்குள் பாய்ந்தன. 41 பேரையும் அவன் நினைவில் கொண்டிருந்தான். ஒருவனின் இமை, இன்னொருவனின் குரல், மற்றவனின் கால் நகம், தலைமுடி, மார்பின் சுருள் முடி, பூனைக்கண், கழுத்தில் தொங்கிய சங்கு மாலை, வேட்டியின் கரையில் தைக்கப்பட்டிருந்த மனைவியின் பெயர், கை காப்பு, பச்சை குத்தப்பட்டிருந்த 'அ' என்ற எழுத்து. ஒவ்வொருவரையும் இருளின் புயலில் இருந்து மீட்கப் பாடுபட்டிருந்தான். எப்படியோ எந்த சூதின் விளைவோ அவன் மட்டும் எப்படி துன்பங்களோடு போராடியும் உயிர்மீண்டிருந்தான்.

அந்த மாலை வெயில் அங்கே மர்மமான வெளிச்சத்தையும் அவ்வூர் மக்களின் அழுகுரலுக்கு விநோதமான இசையையும் கொடுத்திருந்தது. கருத்த அவர்களின் கால்களினூடே நுழைந்த பெரிய விழிகளும் பருத்த வயிறுகளும் கொண்ட குழந்தைகளும் தந்தையரைத்தேடிய பார்வையில் துண்டிக்கப்பட்ட இறந்த காலம் இன்னும் தொக்கிக்கொண்டிருந்தன. தோள்களிலிருந்து

மாரிலிருந்து நழுவும் பழுத்த சேலைகளை மறந்திருந்தனர் பெண்கள்.

ஓலம் பெருகியது. சொற்களற்ற ஓலம் அவன் காதுகளைக் குடைந்தது. நடுக்கடலில் அவன் சந்தித்திருந்த புயலின் கூச்சலைப் போலவே பெருகியது. அவன் திரும்பிக் கடலைப் பார்த்தான். கடல் மெல்லிய ஆர்ப்பரிப்புடன் ஏதோ அவனிடம் பேசத்தொடங்கியது. கூர்ந்து கேட்க முடியாத இரைச்சலான சூழலைத் துறந்து அலைகளுக்கே செவிமடுத்தான். கடல் அவனை வா வா என அழைத்தது. அவனை இழுக்கும் எல்லோரின் கைகளையும் அழைப்புகளையும் புறக்கணித்து அவன் அந்தக் கடலுக்குள்ளேயே இறங்கினான். சூரியன், அலைகள் நனைத்த கரையில் கரைந்துகொண்டிருந்தது.

22. வளர்ச்சி

தினமும் காலையில் எழுந்திருக்கையில் அவள் முடி ஓர் அடி அதிகமாய் வளர்ந்திருந்தது. எப்படித் துண்டித்தும் அறுத்து சவுரியாக்கி வழங்கியபோதும் அவளால் தன் முடியின் அதிவேக வளர்ச்சியைக் கட்டுக்குள் கொண்டுவரமுடியவில்லை. இந்த வேக வளர்ச்சிக்கான காரணத்தை அவள் அறியாமல் இல்லை. அவளால் ஒரு போதும் கனவு காணாமல் இருக்கமுடிந்ததில்லை. கனவென்றால் நீங்கள் நினைப்பது போல் கனவின் கணநேரம் போலவோ, கையில் பிடிக்க முயலும்போதெல்லாம் நழுவிச்செல்லும் கணம் போலவோ இல்லாமல் அகண்ட கனவாய் பேரண்டத்துடன் அவளை இணைக்கும் கனவாய் விரிந்து கொண்டே இருந்தது. ஓர் இரவு கனவென்றால் அதன் நிகழ்வுகள் ஒரு பேரரசின் நிறுவுதலையும் விரித்தலையும் வீழ்ச்சியையும் போல ஒரு வரலாற்றைக் கூறியது. ஆக அவையெல்லாம் அவள் கனவுகள் தாம். வரலாற்றின் உண்மை அதில் கிஞ்சித்தும் இல்லை.

கனவின் வேர்கள் தாம் அவள் கூந்தலாய் நீள்கின்றன என்று அவள் அறிந்ததும் தன் கூந்தல் முடியை அறுத்து எறிவதை விட்டுவிட்டாள். வளர்ந்துகொண்டிருக்கும் கூந்தலின் கற்றைகளை மரத்தின் கிளைகளில் படரவிட்டாள். அப்படியே ஒவ்வொரு மரத்தின் கிளைகளுக்குமாய் அடர்ந்து வளர்ந்து

வளர்ந்து ஒரு காட்டை எழுப்பின அவளுடைய கனவில் வேர்பிடித்த கூந்தல் வெளிகள். அவள் கனவு காண்பதை மட்டும் ஓர் இரவும் நிறுத்தவில்லை. கண்ணுக்குப் புலனாகாத வெளியில் காட்டின் உயிர் வடிவம் பெற்றுக்கொண்டே இருந்தது.

23. வட்ட ஏரி

ஏறத்தாழ வட்டமாக அமைந்த ஏரி. வட்டமாக சுற்றி வர வளர்ந்து நிற்கும் மரங்களும். பறவைகள் வந்து போக வசதியாக இருந்தது ஏரியின் அமைப்பும் மரங்களின் நெருக்கமும். பறவைகள் காதல் செய்தன, கூடு கட்டின, குஞ்சுகளைப் பேணின, அச்சமின்றி வானம் வரை சென்று வந்தன. வறட்சியைக் காணாத ஏரி ஒரு நாள் கரையொட்டி நீர்மட்டத்தை இறக்கிக் காட்டியதும், சில பறவைகள் ஒன்று கூடி வருத்தமுற்றிருந்தன. மெல்ல மெல்ல ஏரி நீர் இறங்கி மீன்கள் எல்லாம் இறந்து சிற்றுயிர்கள் எல்லாம் பூமியின் அடியில் போய் நீள் உறக்கம் கொள்ளத் தொடங்கிய போது அவனும் அவளும் ஏரியின் மையத்தில் மறைவாய் இருந்த பகுதிக்கு தயக்கத்துடன் உள் நுழைந்தனர். காதலின் பேதலிப்பில் தனிமையைத் தேடித்தவித்த காதலர்களுக்கு வற்றிய ஏரியின் நடுவில் அமைந்த மறைவில் முயங்கி முயங்கிக் காதலை நுகர்ந்தனர்.

அடிக்கடி வந்தனர். தொடக்கத்தில் காதலில் இருந்த களிப்பு அழிந்து உடனேயே களைப்பு மேலிட இருவரும் அங்கே பேசாமல் கிடந்து செல்வதைப் பறவைகள் கவனித்தன. காதலரின் முகங்களில் இருந்த ஒளி தேய்ந்து இருந்தது. மங்கிய அவர்களின் முகங்களே பறவைகளின் பேசுபொருளானது. ஒரு நாள் அவனும் அவளும் சண்டை போட்டுக்கொண்டே அங்கே வந்தனர்.

நீண்ட நேரம் சண்டை இட்டனர். அவள் வேறு ஆணுடன் பேசுவதையும் அவன் வேறு பெண்ணுடன் பேசுவதையும் சண்டையாக்கினர். இருவருமே ஒருவரையொருவர் தொடாமல் விலகி இருந்தனர். ஒரு முத்தத்திற்கான சந்தர்ப்பம் கூட அவர்கள் உரையாடலுக்கு இடையே எழவே இல்லை. பறவைகள் பேசா சாட்சிகளாகின. காதலர் குறித்து வருந்தின. ஏரியில் நீர் நிரம்பினால் நன்றாயிருக்கும் என்று தாய்ப்பறவைகள் எண்ணத்தொடங்கின. ஏரியோ சூன்யத்தின் வெளியாய் மாறியிருந்தது. சில பறவைகள் மட்டும் தாகம் தீர்க்க முடியா ஏரியிலிருந்து விலகி வாழ விரும்பி வேறு இடங்களுக்குச் சென்றன.

மீண்டும் ஒரு நாள் காதலர் வந்தனர். அதே சண்டை தான் தொடர்ந்தது. சண்டை உச்சத்தைத் தொடுகையில் பறவைகள் பதறின. அங்கும் இங்கும் அலைமோதின. அவன் தன் மறைவில் வைத்திருந்த கத்தியை எடுத்து அவள் கழுத்தை அறுத்தான். எல்லா பறவைகளும் ஒரே கணத்தில் மௌனமாயின. திறந்த விழிகளுடன் வானம் பார்த்துக் கிடந்த காதலியை அங்கேயே விட்டுவிட்டுக் காதலன் கரையேகினேன். ஏரியின் வெறுமை தாங்காமல் பறவைகள் எல்லாம் ஒட்டுமொத்தமாய் வேறு இடத்திற்குப்பறந்து செல்ல தொடர்ந்த மழைக்காலத்தில் ஏரி நிரம்பியும் பறவைகள் அந்த ஏரிக்கு ஏன் திரும்பவில்லை என்று ஊர்மக்கள் கேள்வி மேல் கேட்டுவைத்தனர்.

24. மாடி

அந்த வீட்டின் மேல்மாடியில் தான் அவன் வசிந்து வருகிறான் என்று எனக்குத் தெரியும். அவன் வீட்டின் பால்கனியை மூடிய வேம்பும் படுக்கையறையை மூடிய மாமரமும் என அவன் வீட்டிற்கே உரிய அழகான பொலிவைத் தரும் மரங்கள் அவை. அந்தத் தெரு வழியாகவே காலையில் அலுவலகம் செல்வேன். என் அலுவலகம் செல்லும் வழியிலிருந்து விலகிய தெரு தான் என்றாலும் அவன் தெரு வழியாகச் செல்வதில் உவகை கூடுகிறது. அன்றைய நாளுக்கு மகிழ்ச்சியை அதிகமாக்கிக்கொள்ள முடிகிறது. எவரையேனும் மார்க்கெட்டுக்கு அழைத்துச் செல்வதென்றாலும் அந்தத் தெருவின் வழியாகத் தான் செல்வேன். உடன் வருபவருக்குத் தெரியாது அந்தத் தெருவின் நோக்கம் அவனை நோக்கி நீள்கின்றதென்று. அப்பொழுதெல்லாம் பால்கனி பக்கமோ சன்னல் பக்கமோ திரும்பினால் அவன் முகமோ நடமாட்டமோ கூட தென்பட்டதில்லை. அவன் அந்த வீட்டில் குடிபுகுந்த நுழைந்தவென்று இந்த வீட்டில் தான் வாழப்போகிறேன் என்று கூறினான். தெருவை நோக்கிய நீளமான பால்கனி உள்ள அப்படியான வீட்டை வேறெங்கும் கண்டடையமுடியாது. முற்றத்தில் கொட்டும் வேப்பம்பூக்களும் மாம்பூக்களும் வரவேற்புணர்வின் கோலங்கள் போலவே அந்த வீடு நிறைவடிவம்

பெறுவதைக் குறிப்பிட்டுச் சொல்லியிருக்கிறான். மனம் கலக்கம் பெறும் கணங்களில் வண்டியை எடுத்துக்கொண்டு அந்தத் தெருவழியாகச் சென்று தெருமுனைவரை தொட்டுத் திரும்புவதில் உள்ளம் ஏதோ ஒன்றில் நிறைவில் பெறும். பல முறைகள் எதிரெதிர்த்திசையில் அந்தத் தெருவழியாகச் சென்று திரும்பினாலும் அவன் முகத்தின் மரக்கிளைகளுக்கு இடையே தேடத்தொடங்கினேன்.

தெருவில் கனிகளை விற்றபடி வண்டியைத் தள்ளுபவரிடம் பழம் வாங்கும் காரணத்தினூடே தெருவில் என் பயணத்தை நிறுத்தினேன். அவர் தான் சொன்னார், என்றோ அவன் அந்த வீட்டிலிருந்து வேறு வீட்டிற்கு நகர்ந்து விட்டதை. நான் அறியாத எனக்குத் தெரியாத வீடொன்றில் அவன் வாழ நேர்வதையும் அந்தத் தெரு எங்கே என்று கண்டறிய முடியாத உறவின்மையையும் விட அந்தத்தெருவை என் பயணங்களிலிருந்து துண்டிக்கமுடியாதது தான் பெரும் தொல்லையாய் உருக்கொண்டிருக்கிறது.

25. தீவு

ஒரு தீவில் மாட்டிக்கொண்டது போல் இருந்தது. ஒற்றையாய் இருப்பதன் சுகபோதையில் அந்தத்தீவின் சிக்கிக்கொண்டதைப் பெரிதாக நினைக்கவில்லை. நல்ல விடுதி, விடுதி வாசலில் கரையேறும் கடலலை, சுற்றிலும் கடல், கடல் மேல் விரிந்த வானத்தில் சுழல் நிலவென கண்ணுக்கெட்டும் தூரம் வரை வாழ்க்கை நீண்டு கொண்டேயிருந்தது. என்றாலும் தனிமை காய்ந்து கொண்டே இருந்தது. நடுநிசி உறக்கம் அறுந்து தொங்கியது. பகலில் சூரியன் கண்களைத் துளைக்க உறங்க வேண்டியிருந்தது. இரு பொழுதுகளையும் இழக்க வேண்டியிருந்தது.

வாட்ஸ் அப்பில் அவன் வந்தான். எப்படியிருக்கிறேன் என்று கேட்டான். பொழுதுகளின் மீது ஒட்டடை தொங்குகிறது. கண்களின் கீழே காலத்தின் கறுப்ப அரைவட்டங்கள் வரைந்திருக்கின்றன என்றேன். தொலைதூரக்கண்டத்திலிருந்தும் பொழுதிடமிருந்தும் என்னை இணைத்துக்கொண்டான். காலச்சுவரின் அந்தப்பகம் அவன் எனக்குக்கிடைமட்டமாய்ப் படுத்திருக்க, இந்தப்பக்கம் நான் படுத்திருக்க முதன் முறையாய் ஓர் இரவில் உறங்கிப்போனேன்.

26. நீளம்

அவனுக்கும் எனக்கும் இடையே. நீளமான காதல் இருந்தது. அந்தத் தூரத்தில் நிறைய வீடுகள், அவன் மார்பிலாடும் குழந்தை, என் துயர் முலைகள், ஏக்கம் ததும்பும் இசை, உறக்கமற்ற கண்கள், அழையா குரல், வீணாகும் இரவு பகல்கள், எவரும் நனையாத நீள் மழை, வெள்ளி வானம் எல்லாம் எங்களுக்கு இடையே விரவிக் கிடந்தன. அவன் மனைவி அழைக்கும் போது அவன் என் திசையிலிருந்து திரும்பிக்கொள்வதை உணர்ந்தேன். எங்கள் காதல் இன்னும் நீளமானது. ஒரு கட்டத்தில் அவன் கைகளை என் கைகளாகவும் என் கைகளை அவன் கைகளாகவும் ஆக்கிக்கொண்டோம்.

27. மெய்நிகர்

மெய்நிகர் உலகில் அவனுக்குள் நானும் எனக்குள் அவனும் வாழ்வதில் எந்தத்தடையும் இல்லை. மதமோ சாதியோ நிறமோ கூடத்தடையில்லை. எதுவுமே ஒருவரையொருவர் விலக்கவில்லை. நான் ஆணா என்று சந்தேகிக்க வில்லை. அவன் பெண்மையை நான் நிராகரிக்க வில்லை. சாப்பிட்டு முடித்திருந்த உணவு என்னவென்று அறியாத வாடை வீசும் வாய்க்குள் என் இதழ்களைத் திணிக்கமுடிந்தது. நாவைத்துழாவி தொண்டை வரை முத்தம் கொடுக்கமுடிந்தது. அந்தக் காதலில் கொஞ்சமும் காத்திருப்பு இல்லை. மழை என்றால் பெய்யெனப் பெய்தது. உடல் என்றால் உடனே நிர்வாணத்தை அணிந்து கொண்டது. வெற்றிடங்களில் நீந்தும் குமிழ்கள் போல் நாங்கள் அசைந்து கொண்டே இருந்தும். தீராத முயக்கத்தில் என்னிடம் ஒரு வாசனை வீசியது. இப்பொழுது என்ன செய்கிறாய் என்று கேட்டேன். அவனோ உன் கைகளால் என்னைத் தீண்டிக்கொள்கிறேன் என்றான். நானோ என் மீது உன் வாசனையை வீசச்செய்கிறேன் என்றேன்.

28. அந்த நாள் இரவிற்கு அப்படி ஒரு மாயசக்தி இருந்தது.

நடுநிசியில் அலுவலகத்திலிருந்து வீட்டிற்கோ வீட்டிலிருந்து அலுவலகத்திற்கு நடந்து செல்லவேண்டியிருப்பதோ வழக்கம் தான். ஊர் அடங்கி உறங்குவது போல் ஒரு பாவனை. பகலில் அப்படி ஒரு நடிப்பு நிறைந்திருக்கும் ஊருக்கு இரவின் பாவனை புதிது இல்லை என்பதால் இரவினூடாக அப்படி நடந்து செல்வது எனக்குச் சிரமமாக இருப்பது இல்லை. நாற்சந்திப்பை நெருங்கும் போது தான் கவனித்தேன். எங்கேயோ திருடி வந்திருந்த சேலையை எட்டு நாய்கள் சத்தமின்றிக் கிழித்துக் கொண்டிருந்தன. தென்னம்பழத்தை விட சேலை நாய்களுக்கு அவசியமான பொழுது போக்கு. நீலவண்ணச் சேலை அந்த இரவில் ஒருமாயசக்தியுடையதாக இயங்கிக்கொண்டிருந்தது நாய்களின் வாய்களுக்கு இடையே. சற்று கழித்து மூன்று பெண்கள், பகலில் பார்த்திராதவர்கள் சிரித்தபடியே ஆனால் சத்தமெழுப்பாமல் என்னைக் கடந்து சென்றனர். அவர்கள் எங்கே செல்கிறார்கள் என்று திரும்பிப் பார்த்தால் இரண்டு நாய்கள் சத்தமெழுப்பாமல் என்னைப் பின் தொடர்ந்து கொண்டிருந்தன. குனிந்து கல்லை எடுத்தால் ஒரு நாய் உறுமிய படியே என்மீது பாய வந்தது. நடந்தேன், இன்னும் எத்தனை நூறு அடிகள் என்று அறியாத கணத்தினூடே. அலுவலகத்தின்

கதவு திறந்து நுழைந்தால் ஏழெட்டு பூனைகள் ஒரு சங்கமத்தை நிகழ்த்திக் கொண்டிருந்தன. அந்த நாள் இரவிற்கு மட்டும் அப்படி ஒரு மாயசக்தி.

29. தொட்டும் தொடாமல்

ஒரு அரசியல் தலைவரைக் காணச் சென்ற பைக் பயணத்தில் அவன் அறிமுகமானான். அவன் குரலில் பறவைகள் வந்தடையும் இனிமையும் இதமும். என் எல்லா அங்கங்களும் ஒரே பாய்மத்தின் கரையில் வந்து தங்கியிருந்ததையும் அவனிடம் தான் அறிந்தேன். அதிலிருந்தே இருவரும் ஒருவருக்கொருவர் கவிதைகள் எழுதிக்கொள்வோம். ஏதேனும் இதழில் அவன் எழுத, பதிலுக்கு நான் எழுதிப் பிரசுரிப்பேன். என் கவிதையின் எல்லா தலைப்புகளிலும் அவன் பெயர் வெளிப்படையாக இருக்கும் இரவும் பகலும் பேசிப் பேசி சொற்களின் மின்சாரக்கம்பிகளால் எங்களை இணைத்துக்கொண்டோம். ஆண்டிற்கு ஒருமுறையோ இருமுறையோ ஒரு கானகத்தில் சந்திப்பேன். கானகத்தின் பெரு விலங்கைப் போல இருப்பேன். நிதமும் குடித்துக் களிப்பவன், ஆனால் பார்த்தால் சொல்லவே முடியாது குடித்திருக்கிறான் என்று. அதிகாலை, எல்லோருக்கும் முன்னும் எழுந்து சென்று மைதானத்தில் ஓடிக்களைத்து, எல்லா உடற்பயிற்சிகளையும் செய்துவருவான். அவன் உடல் காற்றைப் போல சீழ்க்கையடிப்பதாக லகுவாக இருக்கும். உரசினாலே எல்லா அங்கங்களிலும் ஹார்மோன்கள் அலைபாயும் உணர்வு தள்ளும். பெருமழை இரவில் அவன் ஊருக்குச் சென்று இறங்கினேன். தன் நண்பனுடன் வந்து என்னை

ஏற்றிக்கொண்டவன் பின்னிருக்கையில் மலர மலர எனக்கு முத்தம் தந்தான். அவனுடைய நண்பன், அவன் தந்த முத்தங்கள் வழியாக என்னை நேசித்தான். மீண்டும் ஒரு ஏர் பஸ்ஸில் ஏறி என் ஊர் வந்து சேர்ந்தேன். என் ஊருக்குத் திரும்பும் வழியில் நான் உறங்கவே இல்லை. உடலின் மீது விதைக்கப்பட்ட முத்தங்கள் எல்லாம் உலர்ந்து உதிர்ந்துவிடக்கூடாதே என்று கவனமாகப் பயணித்தேன். கனவும் இல்லை நனவும் இல்லை. உடலெல்லாம் புண்ணானது போல் முத்தங்களின் அடர் சிவப்பு நிறத்தில் அந்த ஏர் பேருந்து ஊதிக்கொண்டே இருந்தது. வந்து சில முறைகள் அவனை ஃபோனில் அழைத்தேன். வெளிமாநிலத்திலிருந்து வந்திருந்த தோழியுடன் வெளியே சென்றிருப்பதாக மனைவி சொன்னாள். ஃபோனை வீட்டில் விட்டுவிட்டுச் என்றிருந்தான். தோழியின் எண்ணைத் தரட்டுமா என்று கேட்டாள் மனைவி. வெடிக்கும் முட்களுடன் இதயம் கள்ளிப்பழம் போல் இருந்தது. அவன் திரும்பியும் அழைக்கவில்லை. ஓராண்டிற்கு மேல் ஆனது. என் நகரத்திற்கு ஓர் அலுவலக வேலையாய் வந்தான். என்னைத் தன்னுடன் வந்து தன் அறையில் வந்து தங்கும்படிச் சொன்னான். என் உடல் புதுப்பொலிவு பெற்று அங்கங்கள் எல்லாம் சீராக அடுக்கப்பட்டுப் புது முதுகெலும்பைப் பெற்றிருந்தது. என்னால் அவனுடைய தொடுதல்களை ஏற்க இயலாது என்றேன். இடைவெளிகளில் உடல் வேறாக மாறிய அடையாளங்களை அவனுக்குப் புலப்படுத்தினேன். சண்டையிட்டுக்கொண்டோம். நான் அப்படி மாறியிருக்கிறேனே பார் என்று வம்பிற்கிழுத்தான். இன்னும் அதே ஆசையுடன் அடங்காக் கிளர்ச்சியுடைய புலன்களுடன் இருக்கிறேன் பார் என்று முட்டியை உயர்த்திக் கொக்கரித்தான். நான் அடங்கவில்லை. என் புட்டங்களைக் கைகளால் அழுத்தினான். சட்டென்று முலைகள் மீது சாய்ந்து எழுந்தான். உடல் வில்லொன்றினைப் போல அதிர்வுகள் உறாமல் அப்படியே விறைப்பாய் இருந்தது.

30. பன்றி

உடல் போலியாக இயங்காது. அது ஒரு மழைக்காலம். நான்குபேராக அந்த விடுதிக்குச் சென்றோம். வெளிநாட்டிலிருந்து வந்திருந்த காதலர்களை ஊக்கப்படுத்தவே நாங்கள் இருவரும் அவர்களுக்குத் துணைசேரவேண்டியிருந்தது. அவன் முகநூலின் லைவ் பச்சைவிளக்கைப் போல் இருந்தான். தொடக்கத்திலேயே அவ்வளவு குடித்திருந்தான். கடலின் ஓசை விரைந்து வந்து கொண்டிருந்தது நாங்கள் அமர்ந்து மது பருகிய இடத்திற்கு. காதலர்கள் இருவரும் தின்பதற்குக் கவிதைகள் வேண்டுமென்றனர். நாங்கள் இருவரும் வறுத்த பொரித்த அவித்த எங்கள் கவிதைகளை ஊட்டினோம். கவிதைகளின் ஊடுபாவாய் எங்கள் இதயங்கள் கிழிபட்டதை உணர்ந்தவன் என்னைக் காப்பாற்று என்று இறைஞ்சான். அவன் ஷூவின் பளபளப்பில் கூட கவிதை பிறக்கும் என்றான். விறைப்பான காலர் கொண்ட சட்டையின் விளிம்பில் கூட எனக்கான கவிதை ஊஞ்சலாடுகிறது என்றான். அசைந்தேன். இதழ்களுக்கு இடையில் பூக்கும் கவிதையைத் தின்று பார் என்று காதலர்களிடமிருந்து என்னை வெகுதூரம் அழைத்துச் சென்றபோது, அவன் இதழ்களுக்கிடையில் சிப்பியின் ஈர வழவழப்பான சதைப்பகுதியைத் திறந்து காட்டினான். இடுப்பின் வழியே கைகளை முன் அனுப்பினான். இரவென்றால் அப்படி

நீளமானதோர் இரவைக் கடற்கரையில் கண்டடைந்ததில்லை. காலையில் மோகம் அவசரமாகக் கொண்டுபோகையில் சிந்தி சிதறிய சாம்பாரைப் போல் எங்கெங்கும் அவலமாகக் கிடந்தன. அவன் குளியலறையிலிருந்து வெளியே வந்ததும் நான் குளிக்கச் சென்றேன். குளியலறை எங்கும் அவன் உதிர்த்துச் சென்ற கடல் மண் குவியல். நான் வெளியே வந்ததும் நானும் உள்ளே வந்திருக்கவேண்டுமோ என்று அப்பாவியய்க் கரைந்தான். விலகிச் சென்ற அடுத்த நாளே அவனுடைய இரண்டு நண்பர்களின் முகநூலில் எங்களின் முத்தங்கள் பளிச்சென்று சிரித்தன. என் அடிவயிறு கொதித்தது. அமைதியாக இருந்தேன். சில நாட்கள் கழித்து, ‘அவன் அழைத்தான். உங்கள் ஈகோ புண்பட்டிருக்கும், என்னால் தொடரமுடியாது, மன்னித்துவிடுங்கள்’, என்றான். என் ஈகோவை கடற்கரையில் நான் முத்தங்களாய் அவனிடம் ஒப்படைத்துவிட்டு வந்திருந்தேனே. முந்தைய நாள் பெய்த மழையின் தேக்கத்தில் ஒரு பன்றி ஓடிவந்து மூழ்கிக்களித்ததை வேடிக்கை பார்த்துக்கொண்டிருந்தேன் நீண்ட நேரம்.

31. முத்தம்

ஏப்ரலில் அவரைப் பார்த்தேன். சில நிமிடங்கள். ஒரு முத்தம் கொடுக்கவேண்டி, இன்னொரு முத்தம் கேட்கவேண்டிப் பயணித்திருந்தேன். உறங்காத மேகங்கள் கால்களுக்கு இடையே பாவியிருந்த ஊரில் அவர் சூரியனைப் போலக் காட்சியளித்தார். கொடுக்காத முத்தத்தையும் பெறாத முத்தத்தையும் அங்கேயே பறக்கவிட்டுவிட்டு வந்தேன். மாதங்கள் ஓடின. முத்தங்கள் இல்லாமல் தனித்துவிடப்பட்ட உடல் கொதிக்க அலைந்து திரிந்தேன் வெப்பத்தின் பருவங்களினூடே. உடல் இயந்திரம் போல பற்சக்கரங்கள் பலவற்றை இயங்கவிட்டுக் காலத்தின் முரட்டுத் தண்டவாளத்தின் என்னை நானே ஏற்றிவிட்டேன். மாதங்கள் உருண்டன. சக்கரம் மீது சக்கரம் மோதாத இடைவெளியில் ஓடினேன். பற்சக்கரங்கள் எண்ணெயின் வழவழப்பை இழந்தது போல அவ்வப்பொழுது கிறீச்சிடும். கண்களில் பீறிடும் கண்ணீரைப் பாய்ச்சிக் கவலை மறந்தேன். செப்டம்பரில் ஒரு நாள் அவரே அழைக்கக் காத்திருந்து பார்த்தேன். காய்ச்சலுடன் இருந்தார். சில நிமிடங்கள் என்னைப் பார்க்கவே இல்லை. உடலை ஊடுருவி ஊடுருவிக் களித்தேன். கைகளில் அதிகமாய் முளைத்திருந்த பருவமயிர்களின் அழகால் மெய்மறந்திருந்தேன். முத்தமில்லையா முத்தமில்லையா என்று கேட்பது போல அவ்வப்பொழுது அவருடைய கண்கள்

எம்பிக் குதித்தன என் பக்கம். புதிய முத்தங்களை விளைவிக்க வேண்டும் வேறு பருவ தேசத்தில் என்பது போல அமைதியாய் அவருடைய காதுகள், கழுத்து, வயிறூதிய தொப்பை, இதழ் தடிப்பு கைவிரரல்கள், மணிக்கட்டு, கால் விரல்கள், எழும்பி நின்ற தலைமுடி எல்லாவற்றையும் பற்றிய நாட்குறிப்பை எடுத்துக்கொண்டு வெளியே வந்த போது பாதி நிலவு கொதிக்கக் கொதிக்க கனன்று கொண்டிருந்தது. மணி நடுநிசி மூன்று. சென்னையின் சாலைகள் விரிய விரிய நிலவின் ரசம் இராஇ நனைத்துக் கொண்டிருந்தது. படுக்கையில் வந்து வீழ்ந்த போது பகலின் சூட்டில் இதமான முத்தத்தேவையும் கேவலாகியிருந்தது.

32. கதை

ஒவ்வொரு நாளிற்குள்ளும் ஒவ்வொரு கதை ஏறிக்கொள்கிறது. எல்லா கதைகளிலும் என் கதாபாத்திரம் மையமானதாகவோ விளிம்பாகவோ இருந்தாலும் நீ அதன் அன்றாடப் பாத்திரம். எதுவுமே நீ பாத்திரமாவதைத் தடுக்கமுடிவதில்லை. நீ என்னுடன், நான் உன்னுடன். நாதம் ஒன்று தொண்டையில், சீரான மூச்சு ஒன்று என் உடலில். இரவு பொங்கிப்பெருகும் வேளையில் உன் கண்கள் பளிச்சிட கனவின் விழிகளைத் திறக்கும். இப்படித்தான் முழு இரவும் அந்தக் கதை நிகழ்கிறது. ஏதோ மௌனமும் கைநழுவிப் போன காலமும் நம்மை மூழ்கடிக்க உன் தோள் மீது நான் அசையாத ஒரு பாத்திரமாகச் சாய்ந்திருக்கிறேன். ஒவ்வொரு நாளிற்குள்ளும் ஒரு கதைமுட்டிக்கொண்டு நுழைந்துவிட, ஒரு நாள் உயிர்த்துவிட உன் கதாபாத்திரம் துள்ளிக்கொண்டு முட்டிக்கொண்டு நுழைந்துவிடுகிறது. அலை மோதி மோதி நனைத்த தடயங்கள் நம் மீது அன்றாடம். நாம் இருவரும் தனித்தனியே இருந்தாலும்.

33. கொற்றி

பெரிய தீப்பந்தத்துடன் நடுநிசியில் என் மூத்தம்மை பெருங்குளம் நோக்கிச் செல்ல, நாங்கள் எல்லோரும் கமுகம் பாளையுடன் பின்னே சென்றோம். என் மூத்தம்மை தன்னை இசக்கி என்று அழைத்துக் கொண்டாள். எங்கள் ஊரில் அடக்கம் செய்யப்பட்டவர்களை அவள் காவல் காத்தாள். எல்லோருக்கும் விளக்கு ஏற்றிச் சுடரை வணங்கினாள். முன்னூறு ஆண்டுகளாய் அடக்கமாகி இருக்கும் எங்கள் வழி அம்மம்மையை அவள் வணங்கிய சுடரில் தான் தீப்பந்தம் ஏற்பாள். குளத்தின் வழியாகப் பார்த்தால் அவளுடைய தீப்பந்தம் நடுங்கும். நாங்கள் ஊரைச் சுற்றிவந்து சுடலைமாடனுக்குக் கமுகம் பாளைகளை வேண்டுதல்களுடன் சாத்துவோம். இசக்கியான என் மூத்தம்மை உறங்கி நான் பார்த்ததே இல்லை. எல்லா வீட்டு ரகசியங்களும் அவள் அறிவாள். தாழ் போட்ட வீட்டிற்குள் அவள் நுழைந்து வருவாள். தாழ் போடா பெண் வாயை அவள் தையல் போட்டு வைப்பாள். என் பெயர் கொண்டவளை பேச்சி ஏறியதாக அவள் கால்களுக்குச் சங்கிலி போட்டு ஓரிடத்தில் இருத்தினாள். தலைமுறை தலைமுறையாக மனமோங்கிய குடும்பம். யாரோ ஒருவர் மனத்தை வெளியே சிதறவிட்டது போல் தெருவெல்லாம் பித்தம் கொண்டு அலையும் குடும்பம். இசக்கியம்மை தான் தாழ்போட்டாள்.

இல்லையென்றால் என் பெயர் கொண்ட அவள் எத்தனையோ முறை பெருங்குளத்திற்குள் விழுந்து தற்கொலை செய்திருப்பாள். குளத்தின் அடியில் தாமரைக் கொடிகளுக்கும் அடியில் மண்டிக்கிடந்த ஓலைச்சுவடிகளை அள்ளி அவள் என் கையில் கொடுத்ததிலிருந்து தான் நான் கொற்றி என்ற நற்பெயரில் கவிதைகள் புனையத் தொடங்கியதாய் இசக்கியம்மை சொல்ல ஊரும் அதையே சொல்லத் தொடங்கியது.

34. கொற்றியும் துணங்கைக் கூத்தும்

எங்கள் குடும்பப்பெண்கள் ஆடி நான் கண்டதில்லை. கொடை என்றால் சிலைகளைப் போல சமைந்து போய் சாமியாடியைக் கண்டு திகைத்து இருப்பர். சாமியாடி எங்கிருந்தோ வருவார். மலையுச்சியில் அவர் தன் ஒற்றைக் குடிசையில் வாழ்வதாக ஊரார் சொல்வர். ஆடிஆடிக் குறி சொல்லிப் போவார். அவர் ஆட ஆட, அவர் வயது ஏறி முடியெல்லாம் நரைத்து முகமெல்லாம் தசைக்கோடுகள் விழுந்து ஆனால், ஒரு வீரனைப்போல் உயரமாக வளர்ந்து திரும்பவும் அந்த மலையுச்சிக்கே தன் வாளுடன் செல்வார். முதிர்ந்த பெண் சாயலும் உண்டு. நெஞ்சில் மெலிதாய்ப் புடைத்த மார்பகங்கள் அகத்தை உடைத்தெறிந்து வரம் கேட்கத் தூண்டும். ஆனாலும் பெண்கள் ஆடாமல் அசையாமல் கண்ணீர் மல்க திகைத்தபடி அமர்ந்தபடியே சமைந்து போயிருப்பர். சாமியாடியே ஏதேனும் பெண்ணிடம் ஊருக்கே ஒட்டுமொத்த குடும்பங்களுக்கே எல்லா பெண்களுக்குமாய்ச் சேர்த்து குறி சொல்லி, கொதிக்கும் நெய்யில் கமுகம் பாளையை முக்கி முக்கி தலையினை நனைத்து குறிகளை சொல்லிச் செல்வார். இந்தமுறை திலகத்தை எழுப்பினார், அழைத்தார். பெண்ணாண்ட பூமி, பூமியுள்ளவனுக்குப் பிறந்த பெண்டுகள், பெண்டெல்லாம் எழுந்தாடும் என்று சொல்லி அவள் கையில் எல்லோருக்குமாய்ச் சேர்ந்து

கொடைக்கு வந்திருந்த எல்லா பட்டுப்புடவைகளையும் அவள் கையில் திணித்து, “புலிப்பால் தாலி கட்டுங்க எல்லாரும்” எல்லோரையும் கொற்றியாக்கிச் சென்றார். அடுத்த ஆண்டுக் கொடைக்கு அவரைக் கண்டுபிடிக்கவே முடியவில்லை என்றார் மலையேறிச்சென்றவர்கள். அந்த ஒற்றைக் குடிசையின் இடத்தில் செண்பகம் மரமொன்று வாசனையுடன் பூத்துக்குலுங்கக் கண்டு திரும்பினர். அடுத்த கொடைக்குப் பெண்கள் எல்லாம் புலிப்பல் தாலியுடன், ஒருவருடன் ஒருவர் கைகோர்த்து ஆடினர். சத்தமே இல்லாத பேயாட்டம். நடுநிசி தாண்டியும் அலைபாய்ந்த ஆட்டம். அதற்குப் பிறகு அந்த ஊரில் எந்தப் பெண்ணுமே இறக்கவில்லை. அதிகமாய், இருநூற்றுப் பத்து வயதுடைய பெண்ணைக் காணலாம்.

35. புற்று

வழக்கமாய், சுவர்கள் நிறைந்த வீட்டில் தங்க வரும் சுந்தரி, இந்த முறை சாளரங்கள் நிறைந்த வீட்டிலே தங்கவந்திருந்தாள். இரவே அற்ற நாடு அவளுடையது. பார்த்தவுடனேயே கண்கள் இரண்டும் உருக்கிக்கரைந்து கண்ணீர்த்துளிகளாய் வீழ்ந்து உருண்டோடின. அந்தச் சத்தம் சாளரத்தை எட்ட திரைச்சீலைகள் மீதேறிய துளிகள் காற்றில் கரைந்தன. ஏதும் பேசாமல் மௌனம் சாதித்த சிறு கணங்களில் எல்லாம் அவளுடைய தும்பிக்கை இருள் நிறைந்த ஆழக்குழியினைத் துழாவி அசைந்தது. அவள் உலகம் மிகப்பெரியது. அங்கே என்ன இன்னல் இரையப்போகிறது என்ற என் மூச்சிரைப்பை அமைதிப்படுத்தும்படியாகச் சொன்னாள். 'என மகனுக்குப் புற்றுநோய்', என்றாள். புற்றுநோயின் யுகம் கடந்து போயிற்று. இது சர்க்கரை நோயின் யுகம் என்று சொன்னபோது என் நண்பன் சொன்னான். 'இல்லை, இல்லை. இது தனிமை நோயின் யுகம்'. மீண்டு அவள் இடத்திற்கு மனதை இழுத்துவந்த போது, 'என் வயிற்றுக்குள் நான் வாழைக்கன்றைத் தானே வளர்த்தேன். அது எப்படி புற்றாகியது', என்று எங்கெங்கோ பதில் தேடி அலைகிறேன் என்றாள். அவளுக்குப் பின்னே தனிமை யானையின் உருவில் நெருக்கிக்கொண்டு அமர்ந்திருந்தது.

36. பெருங்கடல்

பெருங்கடலுக்குள் அதிகக் கிளர்ச்சியுடன் துள்ளிக்குதித்தேன். முன் விரிந்திருக்கும் பரந்த காலம் வரவேற்றது. அலைகளோ எளிதாய் இல்லை.

படகோ தெப்பமோ தேடிக் கடலில் காத்திருக்க முடியாது. நீந்திக்கொண்டே இருக்கவேண்டும். எப்பொழுதோ ஒரு கப்பல் வரும் அல்லது படகு தென்படும்.

அது அது அவரவர் தேற்றிய கப்பலோ படகாவோ இருக்கும். என் பயனுக்கு நான் அலைகளைக் கடந்து செல்லவேண்டும்.

ஆழமோ, பேரலைகளோ தொடர்நீச்சல் தான் வழி என முன்னேறிப் படகில் சென்றோர் சொல்லக் கேட்டிருந்ததால் உடலைத் துடுப்பாக்கி உயிரைப் படகாக்கி

நீந்தினேன். எப்பொழுதாவது கடல் அசையாமல் இருந்தால் நன்றாக இருக்கும். எப்பொழுதாவது கைவிடப்பட்ட படகு உதவியாய் வந்தாலும் நன்றாக இருக்கும்.

ஆனால் அவரவர்க்கே அப்படகுகள் உதவும் என்றும் படகில் முன் சென்றோர் சொன்னது நினைவில் வர, கடலின் நீச்சலுக்குப் பழகினேன்.

37. நாசீசிஸ ஆண்கள்

அந்த நாட்டில் எல்லோரும் நாசீசிஸ ஆண்களாய் இருந்தனர். அவர்கள் குட்டியாகப் போட்ட ஆண்களும் நாசீசிஸங்களே.

கண்ணாடியைப் பார்த்த குரைத்த வண்ணமாய் வாழ்ந்ததால், அவை கிறுக்கியவை, கழிந்தவை, பேசியவை எல்லாமே யாருக்குமே புரியாத

தனக்குள் மட்டுமே குதூகலித்த சொற்களாய் இருந்தன. எல்லோரும் அவர்களை வாழ்வு கொண்ட மனத்தால் பாதையில் கல் இடித்து நிலை பிறழ்ந்தவர்கள் என்று கூறியதைப்

பாராட்டாகவே நினைத்துக்கொண்டு மீண்டும் மீண்டும் தம் கண்ணாடிகளுக்கே திரும்பினர். பாதரச முலாம் இழந்த கண்ணாடிகளில்

காலத்தின் எண்கள் ஏறிக்கொண்டிருந்தன. எல்லோரும் நீர்மத்தடமாய் இருந்த அந்தக் கண்ணாடிக்குள் குதித்து மூழ்கும் வரை நாசீசிஸ பிறழ்வு நிகழ்ந்துகொண்டேயிருந்தது.

38. தொலைவு

நாங்கள் எவ்வளவு தொலைவில் இருந்தாலும் ஒருவரையொருவர் நினைத்துக்கொண்டே இருந்தோம். சூரிய உதயத்தைப் பார்க்கும்போதும், கூட்டங்களுக்கு இடையே

தொலையும்போதும், தனிமை தழுவும் போதும் ஒருவரையொருவர் கைகளால் தொட்டு இழுத்து அணைத்துக்கொண்டோம். இதழ்களுக்கு இடையே இதழ்களை அடுக்கும் முத்தமும் கொடுத்துக் கொண்டோம். தணியாத கிறக்கமும் விலகாத நெருக்கமும் எங்களை குளிரைப் போல சூழ்ந்திருந்தன. ஒருவரையொருவர் தழுவித்தழுவி மாந்தி மாந்தி முத்தமிட்டு

ஊடலற்ற கூடலால் அறையைச் சிறியதாக்கி மெத்தையின் மத்தியிலிருந்து தரையிறங்காமல் கழித்தோம்.

ஒவ்வொரு நொடி கணமும் காலத்திற்கும் அவருக்கும் இடையே ஊசலாடியதைப் போல நான் வாழ்ந்தேன். அவரோ, தன் ஒவ்வொரு நொடி கணமும் காலத்திற்கும் என் பருவத்திற்கும் இடையே ஊசலாடக் கழித்தார். நகங்களால் காலத்தின் காகிதத்தைக் கிழிக்கும் வேலையை எல்லாம் செய்யவில்லை. காலத்தின் துவட்டலில் குளிர்காய அரிய பருவகாலம் போல வாழ்ந்துகொண்டே இருந்தோம். நேரில் சந்திக்கும் போதோ அப்படியாக இருவரும் ஒருவரையொருவர் தொட இயலவில்லை, முத்தமோ சாத்தியமில்லை, கூடலையோ நினைக்கவே இயலவில்லை. தொலைவு தொலைவாக இருந்தது.

39. பரிசோதனைக்கூடச் சொற்கள்

பரிசோதனைக் கூடத்தில் மொழியின் வெவ்வேறு காலச்சொற்கள் எல்லாம் அடைக்கப்பட்டிருந்தன. தேர்ந்தெடுத்தச் சொற்களைப் பயன்படுத்த

வெவ்வேறு குடுவைக்குள் சென்று சொற்களை அள்ளிவர வேண்டியிருந்தது. விஞ்ஞானத்தன்மையுடையவை. பலசமயங்களில் அந்தந்தக் கால

நினைவுகளைச் சுமந்து வந்தவையும் என்பதால் உணர்வெழுச்சி கூடியவையாக இருந்தன. புகைந்த, திரவமாகிய, வெடித்த, வீச்சம் மிக்க சொற்கள் என

எல்லாவற்றையும் பரிசோதனைக்கு அனுப்பியிருந்தனர். பால் நிறம் மாறும் சொற்கள், திணை விளைச்சல் கொண்ட சொற்கள், பருவம் முடியாட்சி குடியாட்சி

நன்மை தீமை கெட்டச் சொற்கள் என வெவ்வேறு நிறத்திலும் குணத்திலுமான சொற்கள்.

சொற்களைக் குளம்பியாக்கிப் பருகும் கவிஞர்களை பரிசோதனைக் கூடத்தின் உள்ளே அனுமதிப்பதில்லை என்ற அறிவிப்பை வாசலில் மாட்டியிருந்தனர்.

40. சித்திரம்

அந்தக் கட்டிடம் ஒரு விசித்திரமான இடத்தில் இருந்தது. அடர்ந்த காட்டின் நடுவே கடலின் கழிமுகம் வந்து சேரும் இருளடர்ந்த பகுதியில் உள்ள கட்டிடம். சுற்றிலும் கமுகம் மரங்களும் தென்னை மரங்களுமாய், சிவந்த நிலத்துடன் இருந்தது. எதிர்காலம் பற்றி அறிந்துகொள்ளவேண்டும் என்று தோன்றிவிட்டால் அந்தக் கட்டிடத்தில் ஏதேனும் ஓர் அறையைப் பதிவு செய்துகொண்டு இணையம் வழியாகப் பதிவு செய்துகொண்டு சில நாட்கள் தங்கிவருவேன். சிலமுறை ஒரே நாளில் திரும்பிவிடுவேன். ஒரு வேளை உறங்கும் நேரம் கிடைத்தால் போதும். ஒரு கனவு வந்தால் போதும். கனவில் எதிர்காலத்தின் சித்திரம் ஒரு பெரிய படமாய் வந்து போகும். மற்றபடி எனக்குக் கனவுகள் வருவதேயில்லை என்பதை நீங்கள் தெரிந்துகொள்ளவேண்டும். அப்படியெனில், அந்தக்கட்டிடத்திற்குச் செல்வது எவ்வளவு அவசியம் எனக்கு. அங்கே எப்பொழுதும் பருத்திக்கறைப்பூச்சிகள் ஒன்றையொன்று பின்பகுதியால் கவ்விக் கொண்டு கலவிகொண்ட படித் திரியும். மிதித்துவிடக்கூடாதே என்று கவனமாக நடக்கவேண்டியிருக்கும். மற்றபடிக்கு, அந்தக் கட்டிடத்தில் சென்று செல்லக் காத்திருப்பேன். வேலைப்பளுவால் நினைத்தபொழுது செல்லமுடியாது. இந்தமுறை தோன்றியவுடனே பதிவு

செய்து சென்றுவிட்டேன். தூய்மை செய்துவைக்கப்பட்ட அறை. குளிரூட்டப்பட்டு மலைப்பிரதேசத்தில் வாழ்வதைப் போன்ற ஓர் இதம். அறைக்குள் நுழைந்ததுமே மதிய உணவை வரவழைத்து உண்டுவிட்டதுமே சில கொட்டாவிகள் வந்தன. அசந்துவிட்டேன்.

பூமியின் அடியில் இருக்கும் பரந்த நீர்ப்பரப்பு. நான் எப்பொழுதும் சென்று நீந்திக்களிக்கும் இடம் தான். என்னுடன் இன்னொரு மத்திய வயதுப் பெண் அவள் கைக்குழந்தையுடன் என்னிடமிருந்து சற்று தள்ளி நீந்தியபடியே குளித்துக்கொண்டிருந்தாள். அவள் நீந்தும் இடம் அவள் கால்களுக்குக் கீழே அடர்ந்த கருப்பான நிறத்தில் தெரிந்தது. கடுமையான ஆழமுள்ள பகுதி. ஒட்டுமொத்த நீர்ப்பரப்பு கருமையான ஒளி பாயந்து சிறிய மகிழ்ச்சியைக் கசியவிட்டபடி இருந்தது. கொஞ்ச நேரத்தில் என்னால் நான் நீந்திக்கொண்டிருந்த இடத்தில் நீந்தமுடியவில்லை. அந்த மத்திய வயதுப் பெண்ணின் உதவியை நாடினேன். அவள் ஒரு தோளில் தன் கைக்குழந்தையையும் இன்னொரு தோளில் என்னையும் வாகாகத் தூக்கிக்கொண்டு நீந்தினாள். மேற்பரப்பை எட்டக் கொஞ்ச தூரமே இருக்கும் பட்சத்தில், பூமியிலிருந்து பூமியின் அடிப்பரப்பை நோக்கி நீர் பாய்ந்து வரும் பகுதி கண்ணில் படும் இடத்திற்கும் நாங்கள் நீந்திக் கரையை நோக்கிப் போய்க்கொண்டிருக்கும் இடத்திற்கும் இடையே ஒரு சிமெண்ட் பாலம் குறுக்கிட அதன் அடியே படுத்தபடி நகர்ந்து வெளியேறும் சிறுமிகளையும் சிறுவர்களையும் பார்த்தேன். உடலைக் கிடைமட்டமாக அந்தப்பாலத்திற்கும் தளத்திற்கும் இடையே மல்லாக்கவோ குறுக்காகவோ படுத்தபடி நகர்த்தினால் தான் கடந்து செல்லமுடியும். சிறுவர்கள் சட்டையில்லாத மேல் உடம்புடன் நகர்ந்து சென்றனர். வேறு வழியே இல்லை. நான் அந்தப் பெண்ணின் தோள்களிலிருந்து நீருக்குள் இறங்கினேன். கனவு கலைந்தது. முகத்தைக் கழுவி ஒரு காபியை வரவழைத்துக் குடித்துவிட்டு, அறையைக் காலிசெய்துவிட்டுக் கிளம்பினேன்.

41. பார்வை

மாலாவிற்கு எல்லா ஆண்களிடமுமே தோல்விகள். அவள் எவ்வளவோ ஆண்களை நேசித்தாள். அவர்கள் அருகில் செல்லும் நேரத்தில் தான் இன்னொருத்தியை அந்த ஆணோ அல்லது அந்த ஆணை இன்னொருத்தியோ நேசித்துக்கொண்டிருந்தது தெரியவரும். காமிராவின் லென்சில் அதுவரை விலக்கிவைக்கப்பட்டிருக்கும் மனிதர் உள்ளே இழுத்துவரப்படுவது அதிர்ச்சியான அதிர்ச்சியாக இருக்கும். பாலா, மணி, சாய் எல்லோருமே இப்படித்தான். தானே முன்சென்று காதலைத் தெரிவித்தக்கணங்கள் எல்லாம் நமத்துப்போனபோது கடற்கரையில் அந்தக் குறத்தியைச் சந்தித்தாள். மாலாவை விட ஒன்றிரண்டு வயது இளமையாக இருப்பாள். பொன்னின் குழம்புடன் கருப்பு மையைச் சேர்த்தாற் போல கடற்கரை வெயில் ஒளியில் துலங்கிய அழகு. மாலா எத்தனையோ ஆபரணங்களை அணிந்திருந்தும் அவளிடம் வந்து ஒட்டிக்கொள்ளாத அழகு குறித்த பச்சையம்மாளை வந்து அரவணைத்திருந்தது. பத்து குறிகளுக்கும் மேல் சொல்லிமுடித்து அயர்ந்து மூட்டையை எடுத்துக்கொண்டு கிளம்பியிருந்தாள். மாலாவிடம் தன் வாழ்வைப் பற்றிக் கேட்கத்தோன்றச் சரியாக அப்பொழுது அவளை நெருங்கினாள். வெயில் கண் கூச, கழுத்தில் வியர்வை கசிய, முகத்தில்

களைப்பு படர பச்சையம்மாள், மாலாவைப் பார்த்துச் சிரித்தாள். வாரியிருந்த தலையிலிருந்து ஒரு முடி தலையில் கலையவில்லை. 'யம்மா, நடந்துக்கிட்டே பேசுவோமா. காசு ஏதும் வேணாம்', என்று பச்சையம்மாள் சொல்ல மாலா சிரித்துக்கொண்டே உடன் நடந்தாள். மாலாவின் இதயம் அதிக துக்கத்தில் இருந்தது. தனிமையின் கரைசலைக் குடித்தது போல அடிவயிற்றில் சாதா ஒரு முணுமுணுப்பு. 'யம்மா, நீ யாரையும் தேடிப்போவாத. உன்னையும் தேடிவரவன்கிட்ட கூட நீயா போயி எதுவும் செய்யாத. அவன் காலைத் தொழுவட்டும் கைய பிடிச்சிக்கெஞ்சட்ட்டும்', சொல்லிவிட்டுப் பணம் ஏதும் வாங்காமல் சென்றுவிட்டாள். கடல் நீரில் கால்களை அளைந்து கொண்டே காற்றில் படபடக்கும் புடவையை அள்ளிப்பற்றிக்கொண்டு கண்ணீரில் கசியும் கழிவிரக்க நீரைத் துடைத்துக்கொண்டு கரையேறினாள். வேகவேகமாக தன் விடுதியை நோக்கி நடந்தாள். இனம்புரியாத ஆத்திரம் எல்லோரின் மீதும். விடுதியின் தோட்டத்தின் வழியாகத் தான் அறைகளுக்குச் செல்லவேண்டும். அறைக்குள் சென்றாள் போதும். உடன் அறையைப் பகிர்ந்துகொள்ளும் வனிதா இன்று ஊருக்குப் போயிருக்கிறாள். வேகவேகமாக நடக்க ஒரு கூரிய கல் மாலாவின் காலைக் கீற, கண்ணிமைக்கும் முன்னே இரத்தம் பீறிட வலியில் 'ச்சோ', என்று ஒற்றைக் காலால் நின்று தவித்தாள். தலை சுற்றியது. ஒரு முறை பூமியைக் கண்முன்னே சுழற்றிவிட்டாற்போல கிறக்கம். வேணு ஓடிவந்தான். அங்கே தென்னைமரத்தின் கீழே வட்டமாய் நீருற்றிக் கொண்டு இருந்தான். 'என்னங்கம்மா. இருங்க. ரூம்ல எண்ணெய் வச்சிருக்கேன். அப்படியே பிடிச்சிக்கும். இப்படி வாங்களேன்', சற்று தள்ளி நின்றவர்கள் எல்லோரின் கண்களில் எல்லாம் படியும்படித்தான் அவன் தோளைப் பற்றிக்கொண்டாள். அது ஒன்றும் அங்கு வேறாய்த் தெரியவில்லை. அவன் அறை மிகச்சிறியது. ஒரு பாயும் அதன் பக்கத்தில் பழுது பார்த்து உடைந்த நாற்காலியும். பாயில் படுத்தாள். பாத விரல்களினூடே அவனது வலுவான விரல்கள் எண்ணெயைக் கிழிந்த துணியில் தோய்த்துக் கட்டியிருந்தன. மூடிய கண்கள்

ஆழத்தில் வலியில் துடிதுடித்துக்கொண்டிருந்த இதயத்தை உற்றுநோக்கிக் கொண்டிருந்தன. தலையின் அடியே தலையணை எடுத்துவைத்தான். மரம் போல தடிமனாக இருந்தது. வாசல் கதவு திறந்திருந்தது. அதனூடே பாய்ந்த வெளிச்சம் மூடிய கண்களுக்கு உள்ளேயும் தெரிந்தது. வேணுவின் கரங்கள் சில்லிட்டிருந்த மாலாவின் விரல்களை நீவி விட்டன. வாயில் நீரூற்றியது. வியர்வையைத் தன் துண்டால் துடைத்துவிட்டன. என்னென்னவோ செய்தன. மாலா தன்னை ஒப்படைக்கும் வரை அவன் என்னென்னவோ செய்து கொண்டிருந்தான். கருணைக்கு ஒரு காரணம்.

42. அதிகம்

ஜலஜாவிற்கு ஒரு பெண். நகரத்தில் படிக்கவைக்க ஆசையில் என்னைத்தேடி சென்னை வந்திருந்தாள். எப்பொழுதும் என் வீட்டுச்சாவியை பக்கத்துவீட்டு முகிலிடம் கொடுத்துவிட்டுவருவேன். ஜலஜா அவள் கணவனுடன் அந்த வீட்டை ஆக்கிரமித்திருந்தாள். நான் நுழையும் முன்னமேயே அது இன்னொருவரின் வீடு ஆகியிருந்தது. அதிலும் ஆணின் வாடை எனக்கு ஆகாத ஒன்று. சரி போகட்டும். அவளுடைய கணவர் இன்னொரு கிரகத்திலிருந்து வந்த பெண் போன்ற மதிப்பை என் மீது சிந்திக்கொண்டிருந்தார். நான் குளிக்கச் செல்லும் முன் வெந்நீருக்காக கெய்சரை எரியவிட்டுத் தயாராக வைத்தார். குளியலறையைத் தூய்மையாக வைத்திருந்தார். ஒரு மணி நேரத்திற்கு ஒருமுறை ஜலஜா ஏதேனும் பலகாரம் செய்து கொண்டே இருந்தாள். தன் மகளை இன்னும் சில நாட்களில் விடுதியில் விட்டுச் செல்லும் கவலையாக இருக்கும் என்று நினைத்தேன். ஒரு மணி நேரத்திற்கு ஒரு முறை எதையோ சாப்பிட்டுக்கொண்டிருந்தாள். ‘சின்ன வயசுலேர்ந்தே பெரிய நாலு கட்டுவீடு. வேலைக்கு நாலு பெண்கள். சமையலுக்கு ரெண்டு பேர். ஏதாவது சமைச்சுக்கொடுத்துட்டே இருப்பாங்க. அந்தப்பழக்கம் தான்’, வீட்டில் ஒரு மேகம் வந்து தாழ இறங்கி மிகவும் அதிகமான தொல்லை போல இருந்தது. உறக்கத்திலும்

ஒரு பதற்றப் பாயில் படுத்து எழுந்தேன். வரவேற்பறையிலேயே உறங்க வேண்டியிருந்ததால், எப்பொழுதும் வீட்டின் அழைப்பு மணி என எல்லா கசங்கல்களுக்கும் ஆளானேன். கிளம்பும் அன்று நாலாயிரம் ரூபாய்க்கு மீன் வாங்கிச் சமைத்தாள். அதில் என்னுடையது இரண்டாயிரம் ரூபாய். பணமாக இல்லை என்று அவசரமாய் வாங்கிக்கொண்டாள். ஊருக்குச் சென்று இறங்கியதுமே அழைத்திருக்கவேண்டும். காலை ஆறரை மணி. நான் ஃபோனை எடுக்க இல்லை. பிறகு எட்டு மணிக்கு அழைத்தாள். நான் அழைப்பை ஏற்கவே இல்லை. பன்னிரண்டு மணி. மதியம் இரண்டு மணி. அழைத்துக்கொண்டே இருந்தாள். நான் ஏற்கவே இல்லை.

43. பல்லிகள்

வீடு முழுக்கப் பல்லிகள். கரடுமுரடான தோலைக் கொண்ட மூத்த பல்லியிலிருந்து இளம் பல்லிகள் வரை கால்களுக்கு இடையே அங்கும் இங்கும் ஓடிக்கொண்டே இருந்தன. அவற்றிற்கு வீடாக இருந்ததில் எனக்கு மனமகிழ்ச்சியே. தொலைக்காட்சியைப் பார்ப்பது போல வாழ்க்கையின் காட்சிகளால் ஈர்க்கப்பட்டு கவனம் அதன்மீதே கொண்டு உணவருந்தியதில் ஒரு நாள் ஒரு பல்லியை விழுங்கிவிட்டேன். பல்லியைத் தான் விழுங்கியிருக்கவெண்டும். பல்லிதானா என்று தெரியவில்லை என்று எண்ணும் போதே தொண்டைக்கும் வாய்க்குமாய் பல்லி வந்து வந்து போகிறது.

44. சிறகுகளின் பயன்

அவள் சிறகுகளுடன் பிறந்திருந்தாள். உண்மையிலேயே இரண்டு பெரிய கரிய வலிய சிறகுகள். அந்தச் சிறகுகளுடன் அவளைக் கண்டோரெல்லாம் அவளுக்காக ஈவிரக்கம் கொண்டிருந்தனர். 'அச்சோ, சிறகுகளுடன் இருந்தும் உன்னால பறக்கமுடியவில்லையே', என்று நேரடியாக அவளிடமே சொன்னார்கள். சிலர் மனதிற்குள் இன்புற்றனர். 'சிறகுகளுடன் பிறந்து என்ன பயன். அவளால் தான் பறக்கமுடியவில்லையே', என்று தங்களுக்குள் சொல்லி தன்னிறைவு கொள்வர். 'சிறகுகள் இருந்தும் அவளால் தான் பறக்கமுடியவில்லையே நமக்கேன் சிறகுகள்', என்று சிறகுகளைப் பற்றிய பிறழ்வாகச் சிந்திக்க, அவள் அவர்கள் மத்தியில் திரியாது வேறு கிரகத்திற்குப் பறந்து சென்றாள்.

45. மிகை

கண்முன்னே பெருங்கடல் விரிந்திருக்கிறது. கடந்தகாலமே அப்படியாக அகண்டு கிடக்கிறது. எண் திக்குகளிலுருந்தும் இருள்மறைவிலிருந்து அம்புகள் பாய்ந்த வண்ணம் இருக்கின்றது. வாழ்க்கை சவால்கள் நிறைந்திருக்கிறது. எல்லா கலங்களும் எதிர்க்கரை சென்றுவிட்டன. நான் சேகரித்த அபரிமிதமான செல்வங்களை மூட்டையாகக் கட்டித் தூக்கிக்கொண்டு நிற்கிறேன். கடலின் அளவு மட்டுமன்று. கடலுக்கே உரிய இயற்கையின் சவால்களும் என் வலிமைக்கே சவால் விடுக்கும் அபாயங்களும் இல்லாமல் இல்லை. எப்படி எல்லா சவால்களையும் முறியடிப்பது என் மனதிடம் கேட்டேன். இனி எப்பொழுதும் மிகையான சொற்களைப் பேசு என்று ஆணையிட்டது.

46. வந்து வந்து போகும் காதல்

கலவியின் போது ஒருபொழுதும் கண்களை மூடாமல் இருக்கமுடியவில்லை. எதிர் இருக்கும் முகமோ இதழ்களோ கண்களோ உடலோ பொருட்டில்லை என்பது போல் கண்கள் மூடிக்கொள்கின்றன. எல்லா கனவுகளும் திரைப்படச் சுருளாகி மனதிற்குள் சென்றுவிட்டதைப் போல கண்கள் அதைக் காண அகமுகமாகத் திறந்துகொள்கின்றன. எந்தத் தொடுதலும் சிலிர்க்கவில்லை. எந்தக் கண்களும் கிறங்கடிக்கவில்லை. எந்த அணைப்பும் போதையேற்றவில்லை. இதோ கதவிற்குப் பின் வந்து நிற்கும் அவரிடம் உண்மை இருக்கிறதா என என் கண்கள் கேட்கின்றன. உண்மை இருந்தால் அவை மூர்க்கமான கலவியின் போது கூட மூடிக்கொள்ளமாட்டோம் எனச் சத்தியம் செய்கின்றன. உண்மையைத் தேடித் தேடிக் காத்திருக்கும் கண்களின் ஏக்கம். வந்து வந்து போகும் காதலை விரட்டியடிக்கின்றன, கண்களை மூடிக்கொள்கின்றன.

47. மௌனமான காடு

ஒரு வனத்தினைத் தன் நீள்செவ்வகச் சாளரம் வழியாக தனக்குள் அழைத்துக்கொள்ளும் ஓர் அறை. வனமோ, எனக்குள் வந்துவிடு, எனக்குள் வந்துவிடு என்று என்னைஅழைத்துக்கொண்டே இருக்கும். கண்ணாடிக்கதவுகள் என்பதால் வனத்தின் மௌனம் வனத்தினை இன்னும் இன்னும் அடர்த்தியான வாழ்வுடையதாக்கும். இரவெல்லாம் மின்மினிக்கள் பறந்து சிறகடித்துப் போகும். பகலில் வீழும் சருகுகள் சருகுகள் மீது பாவும் இலை நிழல் வெளிகளும் காற்றில் அசையும் கிளைகளும் வசீகரமான வனமாக்கும். அடுக்கடுக்காய் பின் வரிசை கட்டிய முதிர்ந்த மரங்கள். அன்று உச்சிவேளையில் அந்த வனத்தின் வழியாக நிறைய மூதாதையர் எல்லோரும் நடந்து சென்றனர். எல்லோருக்கும் ஐந்துக்கும் மேலான கண்கள் முகத்தில். என் பக்கம் திரும்பிய அந்தக்கண்கள் எங்களுடன் நீயும் வந்துவிடு என்று இறைஞ்சின. பார்த்துக் கொண்டிருக்கும் போதே அந்த மூதாதையரின் சலனங்கள் எல்லாம் மறைந்து மரங்களாகக் கண்டேன். ஆகவே, வனத்திற்குள் நுழையாமல் அறையிலேயே தங்கிவிட்டேன்.

48. முன்மண்டை பின்மண்டை

எப்பொழுதும் முன்மண்டையைப் பின்மண்டை கவனித்துக்கொண்டேயிருக்கும் என்பதை அறிந்தபடியே முன்மண்டை தன் பணிகளைச் செய்யவேண்டும் என்பது என் உடலுக்கு இருக்கும் பிரச்சனை. காதலருக்கு முத்தமிடும் போது அது அழகாகவும் வாழ்விற்கும் அவர் மறந்துவிடாதபடிக்குமாய் ஒரு முத்தமிடவேண்டும் எனப் பின்மண்டை அறிவுறுத்தும். புதியதாய்க் காமமுறுகையில் இது தற்காலிகமானது என நினைத்துக்கொண்டே காமச்சகதியில் உழலவேண்டுமெனப் பின் மண்டை நினைவூட்டும். முன்மண்டை எப்பொழுதுமே நிகழ்காலத்தில். பின்மண்டையோ எப்பொழுதுமே எக்காலத்தினைக் குறித்தும். முன்மண்டை கட்டுக்கடங்காமல் போராடும். பின்மண்டை அதன் இழப்புகளை சிரமங்களைத் தற்காலிகத்திகானவை எனக் கொள்ளவேண்டுமெனச் சொல்லும். முன்மண்டை, காமத்தை வலியுறுத்தும். பின்மண்டை காமத்தை அவதூறுவாக்குவாரென்று எச்சரிக்கும். முன்மண்டை ஈடுபடும், பின்மண்டை ஈடுபாட்டை உறுத்து கவனிக்கும். முன்மண்டை தேனை நக்குகையில் பின்மண்டை புறங்கையில் வழிவதைக் கவனித்து நக்கச்சொல்லி நச்சரிக்கும்.

49. இரட்டைத் தலைகள்

ஒவ்வொரு நிகழ்விலும் முன் தலை தன் தலையிடும். அது உணர்வின் தலை. இரண்டாவதாக, பின் தலையான அறிவு தலை சென்று மோதும். உணர்வின் தலைகள் கொய்யப்பட, கொய்யப்பட அந்த இடத்தில் அறிவின் தலை முளைத்தது. பின்னால் இருந்த அறிவின் தலை மெல்ல மெல்ல உணர்வின் தலையானது. எல்லாம் நிகழ்ந்து. முடிந்த பின்னால் அழும், அல்லது சிரிக்கும்.

50. இறுக்கம்

அவர் இறுக்கமாக அமர்ந்திருந்தார், ஒரு புத்தரைப் போல. திறந்திருந்த விழியின் பரப்பில் சென்று முத்தமிட்டேன். அவர் கண்ணீர் உகுக்கவில்லை. மெல்ல கன்னத்தில் படர்ந்திருந்த வெப்பத்தை என் கன்னத்தால் உணர்ந்தேன். அசையாது இருந்தார். கீழ் உதட்டை என் உதடுகளால் கவ்விக் குதப்பினேன். அப்பொழுதும் அசைந்தாரில்லை. கழுத்தின் சங்கில் வாகாக நான் சாய்ந்தேன். கிளர்ச்சியோ கிறக்கமோ காட்டாது இருந்தார். எறும்புகள் போல் சாரை சாரையாய் அவர் மீதெங்கும் உணர்வுகள் ஊர்ந்து கொண்டிருந்திருக்கவெண்டும். புற்றினைப் போல் உயர்ந்திருந்தார். என்றாலும் தொலைதூரத்தில் எதையோ வெறித்துக் கொண்டிருந்தார். நவ துவாரங்களையும் மூடிக்கொண்டார் போலும். கண்ணின் வழியே காட்சிகள் வேண்டாது சற்று நேரத்தில் விழிகளை மூடினார். காணவிரும்பா மனிதரை அவ்வாறே விட்டு அடுத்த மரத்தின் அடியில் காத்திருந்தவரை நோக்கி நகர்ந்தேன்.

51. ஊமை

சரியாக, பதினைந்து ஆண்டுகளுக்குப் பின் அவளை அந்தக் கடற்கரையில் சந்தித்தேன். நகர வளர்ச்சிக்காகவும் நவீன அழகியலுக்காகவும் கடலின் திசையைத் திருப்பமுயன்றிருந்தால் அலைகள் கொந்தளிப்பாக எழுந்துகொண்டிருந்தன. இரவு பனி சூழ கடல்நீரின் குளிர்ச்சியும் ஆக்கிரமித்திருந்தது. ஏதோ இறுக்கமான உணர்வும் சுற்றிலும் பரவிக்கொண்டிருந்தது. பதினைந்து ஆண்டுகளின் தேதிப்படியான அனுபவங்களை அவள் சொல்லத் தொடங்கியிருந்தாள். எல்லாமே அவள் சந்தித்த ஆண்களும் அவர்கள் காட்டிக்கொண்ட தடித்தனமான உடல்களும். சூழ பருவங்கள் மாறுவது போல விநோதமான உணர்வு. எப்படி இத்தனைக்காலத்தையும் நினைவில் கொண்டிருக்கிறாள் என்பது போல சம்பந்தப்பட்ட நிகழ்வில் அவள் அணிந்திருந்த புடவையின் நிறம், அவள் தோழியின் தலையில் இருந்த மல்லிகை, அறையின் தளங்களில் படர்ந்திருந்த வடிவமைப்பு, ஆண்களின் கண்களில் ஒளிந்திருந்த மிருகங்கள் என எல்லாவற்றையும் விவரித்துக் கொண்டிருந்தாள். என் பசியையோ அவளின் அவசரத்தேவையையோ பொருட்படுத்தவில்லை. கடல் பொன்னிறமாக மாறிக்கொண்டிருக்கும் அதிகாலையில் தான் நாங்கள் கடற்கரையைச் சுருட்டி எழுந்தோம். நான் என் ஊருக்குத் திரும்பிவிட்டேன், அவள் அவளுடைய அறைகளுக்கு. அதற்குப் பின் அவள் ஒரு வார்த்தையும் பேசிக்கொள்ளவில்லையாம். யாருடனும்.

52. ஒரு ஃபெமினிஸ்ட்

அந்த ஃபோனில் அவள் பார்த்துக்கொண்டிருந்ததை அவளுடைய நண்பனிடம் காட்டினாள். அவனுடைய நண்பனுடம் உடன் இருந்தான். அந்த மாலை நேரம் விசித்திரமான அசௌகரியமான ஒளி பரவிக்கொண்டிருந்தது. சூரியன் சலித்துப்போனாற் போன்றதொரு சோக ஒளி. நண்பனின் நண்பனும் எட்டிப்பார்த்தான். அந்தப் பெண்ணுக்கு யாரோ அனுப்பிய ஆபாச வீடியோ. நண்பன் பார்த்துவிட்டு உதட்டோரம் ஒரு கேலியைப் பதிவு செய்துவிட்டுக் கடந்தான். நண்பனின் நண்பனோ அது அவளே பார்த்துக்கொண்டிருந்த வீடியோ தான் என்றான். அவள் இல்லை என்றாள். எங்களையும் இந்த வீடியோ கண்டுகளித்தலுக்கு ஆட்படுத்த அவள் போட்ட வேடம் என்றான். அவள் இல்லவே இல்லை என்றாள். ஒரு ஃபெமினிஸ்டாக இருக்க இப்படியெல்லாம் நடிக்கவேண்டியதில்லை என்று சொன்னான். அவள் முகம் கோபத்தில் சிவந்தது. எங்கள் இருவரிடமும் உனக்குத் தேவையானதைக் கேட்டால் நானோ இருவருமாகச் சேர்ந்தோ உன்னிடம் எங்களைப் பகிர்ந்துகொள்வோம் என்றாள். அவள் அவளுக்கு அதில் விருப்பமிருக்கிறதா என்ற அறிவின்றி அவ்வாறு அவளின் பாலியல் விருப்பம் குறித்துப் பேசுவது அநாகரிகம் என்றாள். நண்பனின் நண்பனோ அவளுடைய

ஃபெமினிஸ்ட் வாலினை விடவில்லை. அதைப் பிடித்து முறுக்கிக் கொண்டே இருந்தான். அவசியமென்றால் நீயே பார்த்துவிட்டு அதைக் கடந்து போயிருக்கலாம், நீ ஏன் அவனிடமும் காட்டுகிறாய். அதை நானும் பார்க்கும் படியாக என்றான். அவள் அவளுடைய பாலியல் நடவடிக்கை குறித்துப் பேசுவது ஆபாசம் என்று கூறினாள். இரவின் இருளென்பது அவளுக்கு அகண்ட அகாலமாக இருந்தது. அதற்குள் அவள் குதித்துவிட்டாள். கல்லூரியில் படித்துவந்த தீவிர ஃபெமினிஸ்ட தற்கொலை செய்து கொண்டதாக மறு நாள் செய்தியானது. நண்பன் குலுங்கிக் குலுங்கி அழுதுகொண்டிருந்தான். நண்பனின் நண்பன், 'ஃபெமினிஸ்ட் ஏன் இவ்வளவு சென்சிட்டிவா இருக்காங்கடா?', என்று வானத்தைப் பார்த்துப் பொல்லாப்பாக ஒரு சிரிப்பை உதிர்த்தபடி நண்பனைத் தனியே விட்டுச் சென்றான்.

53. கடல் நகரம்

அந்த நகரத்திற்கு நான் அடிக்கடி செல்வதுண்டு. ஆனால் இந்த முறை எல்லாம் மாறியிருந்தன. குறிப்பாக, கடல்நகரத்தில் இருப்பதை ஒவ்வொரு கணமும் நினைவூட்டிக்கொண்டே இருந்தது. உதடுகளில் உப்பு கரித்த காற்று வேகமாக வீசிக்கொண்டிருந்தது. எங்கெங்கும் உலர் மீன்களின் நறுமணம். கடல் அலைகளின் சத்தம் வீட்டின் சுவர்களை மோதிக்கொண்டிருப்பதைக் கேட்க முடிந்தது. அத்தனைவேளைகளும் உணவில் மீன்கள். இறால்கள், நண்டு, கணவாய், விதவிதமான மீன்கள். கொடிகளில் ஈரத்துணிகளுக்குப் பதிலாக பதப்படுத்தப்பட்ட மீன்கள் உலர்ந்துகொண்டிருந்தன. மிதியடியும் மீன் வடிவில் இருந்தது. அதன் கண்களும் அதில் பதியப்பட்டிருந்தது. வீட்டின் அழைப்பு மணிகள் மீன் வடிவில் தொங்கின. மீன்கள் அப்படி சத்தமிடுமா அறியேன். மீன்களின் செதில்கள் வாசல்களில் மின்னின. கண் கூசும் வெயிலில் தெருக்களில் மீன் விற்றுச் செல்லும் பெண்கள் மீன்களைப் போல இருந்தனர். இடை பெருத்து தலையும் கால்களும் சிறுத்து அப்படியே மீன்களைப் போல. நானும் மீன் தானா என்ற சந்தேகம் எழ உறங்கிப்போகையில் கனவிற்குள் கடற்கன்னி வந்தாள். 'இந்தக் கடல் நகரத்தில் நான் மட்டும் தான் அசல் மீன் இனம்', என்று சொல்லிச் சென்றாள். விழித்தபோது, அந்தக்கடல் நகரம் மறைந்து போயிருந்தது. நான் ஒரு மீனாகியிருந்தேன்.

54. பிழை

நான் ஒன்றும் அவரைப் பார்த்துக் கையசைக்கவில்லை. அவரிடம் மிக மோசமான சண்டையிட்டிருக்கிறேன். எதிர்த்திசையில் இன்னொருவரைப் பார்த்துக் கையசைக்க, நான் அவரிடம் சமாதானமாக போக விரும்பிக் கையசைக்கிறேன் என நினைத்து அவசரமாய்க் கையசைத்தார். ஒரு முறை நீட்டிக் கையசைத்ததை, கையசைக்காமல் செய்யமுடியவில்லை.

55. கற்பனைச் சுவை

உண்பதற்கு முன் அந்த உணவின் சுவையினை கற்பனை செய்து பார்க்கிறேன். பல சமயங்களில் இனிப்பையும் புளிப்பையும் கூடக் கற்பனையில் கலந்து விடுகிறேன். அவ்வாறே உப்புச்சுவையையும் புளிப்புச்சுவையையும். கசப்புச் சுவையையும் கூட. கசுப்புச் சுவையில் நிறைய மற்ற சுவைகளை இணைத்துக் கற்பனை செய்யவேண்டும். இனிப்பு, துவர்ப்பு, கார்ப்பு, உவர்ப்பு இதனுடனெல்லாம் கசப்பு சேரும் போது உவகையான கசப்பொன்று உருவாகும். கற்பனைக்குப் பின் உண்ணும் போது அந்தக் கற்பனையினை உணவுடன் பொருத்தி விடுகிறேன். அவ்வளவு தான்.

56. ஆதிக்குடி

நரிக்குறவர்கள் பளிங்கினாலான தரை பரவிய கட்டிடங்கள், ஞெகிழி தண்ணீர் குப்பிகள், அதி நவீன வாகனங்கள், நோய் நிறைந்த உடலுடன் நடைப்பயிற்ச்சி மேற்கொள்ளும் உயர் பதவி பெண்கள், கயமையுடன் திரியும் அதிக வங்கிப்பணம் கொண்ட ஆண்கள், நெல் எப்படி விளையும் என்றறியாத குழந்தைகள், சுவரொட்டிகளைத் தின்னும் மாடுகள் எல்லோரும் உலாவும் நகரத்தின் ஊர்களினூடே பயணித்துக் கடந்து மரத்தடியில் அசையும் தொட்டில்கள் உடைய ஊருக்கு ஒதுக்குப் புறமான எல்லைகளை வந்து சேர்கின்றனர், அப்படியே நூறாண்டுகளாய் வாழும் ஆதிக்குடிகளாய்.

57. புடைப்பு

பயணத்தின் பின்பாகப் புடைத்துக் கொண்டிருக்கும் பயணமூட்டையின் அழுக்குத் துணிகளைச் சலவை செய்வது எனக்கு விநோதமான அயர்ச்சியைக் கொடுக்கக் கூடியது. அந்த ஆடைகளில் பயண் உறைவிடத்தில் தங்கிய வாசனை, புதிய காதலின் மகரந்தத் துகள்கள், ஊர் சுற்றிக் களைத்துக் களைத்துக் கொண்ட வியர்வை, வளர்ச்சி மாற்றம் கொண்டிருக்கும் புதிய ஊரின் ஆடை படபடப்பு, உண்ணும்போது ஆடை மீது தவறி வீழ்ந்த உணவின் உலர்ந்த தடயங்கள், அதுவரை அறிமுகமில்லாத சொர்க்கம், பழைய பழகிய படுக்கைகள் உறங்கி எழுந்த கனவுகளின் துணுக்குகள் எல்லாமும் தூசியைப் போல படிந்த உணர்வு அந்த அழுக்குத்துணிகளை சற்று காலம் களித்தே நீரில் முக்கிச் சலவைச் செய்யத் தூண்டுகிறது. புதிய பயணமும் புதிய காலமும் தழுவிய பின் அதைச் செய்வது கடந்து செல்ல எளிதாகிவிடுகிறது.

58. எண்ணிக்கையில் ஒருவர்

ஆளுமையான ஒரு பெண்ணைத் தன் வசப்படுத்த அதிகமும் அதிகாரம் கொண்ட ஓர் ஆண் விரும்புவதெல்லாம் அவளைத் தன் பெண் எண்ணிக்கையில் ஒருவராக்கிக்கொள்ளத்தான். பெண்ணோ, அந்த எண்ணிக்கையில் தான் மட்டுமே இருப்பது தான் தன் ஆளுமை. கிழிசாய்ப் போய்விடும் இந்த உறவில் அவள் அவனை நிராகரிப்பதும் அவன் அவள் மீது வன்மத்தைப்பொழியவும் முன்பு போலவே வேறு வழிகள் பரவுகின்றன. அவன் தன் நண்பனிடம் சொன்னான், “அவள் இல்லையென்றால் நான் ஒரு நாள் கூட உயிர்வாழ்ந்திருக்கமுடியாது”. அவளோ சமூகத்திடம் சொன்னாள்: “அவன் இல்லையென்பதால் தான் என் ஆயுள்காலம் ஒரு நூறைத் தாண்டியது”.

59. கண்ணாடிக் குடுவை

நான் ஒரு கண்ணாடிக் குடுவையில் விழுந்திருந்தேன். வெளி உலகம் நன்றாகத் தெரியும்படியான கண்ணாடியால் ஆனது என்றாலும் என்னால் அந்த உலகத்துடன் என்னை இணைத்துக் கொள்ளமுடியவில்லை. எத்தனை முறை ஏறி ஏறி முயற்சி செய்தாலும் அந்தக் குடுவையின் உள்ளேயே வழுக்கி விழுந்தேன். என் நல்வாய்ப்பு, குடுவை திறந்திருந்தது. காற்றின் வழியாக உயிர்வளி கிடைத்துக் கொண்டிருந்தது. ஆனாலும் கண்ணாடி வழியாக வெளிஉலகம் ஈர்த்துக் கொண்டேயிருந்தது. அதன் குரல் ஒவ்வொரு கணமும் அழைத்துக் கொண்டேயிருந்தது. நிம்மதி இழந்து களைத்து சலித்துப் போனாலும் அந்த குரலின் தீவிர அழைப்பு தான் என்னை உயிர்ப்பித்துக் கொண்டிருந்தது. ஓர் இரவு. வழக்கம் போல நகர்ந்து நகர்ந்த ஏற முயற்சித்துக்கொண்டிருந்தேன். கண்ணாடிக்குடுவையின் உயரத்தைச் சமதளம் என்று நினைத்துக்கொண்டே நகர்ந்திருக்கிறேன் போலும். குடுவையின் விளிம்பில் ஏறி வெளிப்புறம் வந்து விழுந்தேன். விடுதலையாக.

60. எலுமிச்சம் கனி

எனக்கு அன்றாடமும் அதிகமாய்த் தேவைப்படுவதெல்லாம் ஒரு எலுமிச்சம் கனியே. எப்படியாவது அதை வாங்கிவிடவேண்டுமென்று செல்லுமிடங்களில் எல்லாம் குறியாயிருப்பேன். கண்களில் தென்படாது. காய்கறி கடைகளில் கூட எலுமிச்சம் பழம் இருக்காது. பழக்கடைகளிலும் தான். முந்தைய நாளோ, கிடைக்கும்போதோ நான்கைந்தாய் வாங்கிவைத்துக்கொள்ளலாம். ஆனால், ஒரு நாளுக்கு எனக்கு ஒரே ஒரு கனிதான் வேண்டும். ஒரு நாளுக்கு ஒரு கனியின் சாற்றினைப் பருகினால் போதும் என் உடலில் உண்டாகி இருக்கும் சிக்கலுக்கு. அதுமட்டுமன்றி என் வீட்டில் ஃப்ரிட்ஜ் கிடையாது. சூழலியல் உணர்வாளர் என்பதால் ஃப்ரிட்ஜுக்கு எதிரான போராட்டத்தைத் தினம் தினம் நடத்தினோம். நல்வாய்ப்பாக, என் தோட்டத்தில் ஒரு எலுமிச்சை மரம் இருந்தது. அது எங்களுடையது இல்லை. பின் வீட்டினருடையது அதன் கிளைக்கவிகையை எங்கள் கட்டிடம் மீது பாவியிருந்தது. அதனால் அன்றொன்றும் இன்றொன்றுமாய் ஒரு கனி வீழும். வீழ்ந்த கனியையே எடுத்துச் சாறாக்கிப் பருகும் அறச்செயல்பாடு கொண்டிருந்ததால் அதற்கு மேல் கனிகளை அபகரிக்கமுடியவில்லை. சில நாட்களில் வானமெல்லாம் எலுமிச்சம் பழம் தோன்றுவது போன்ற மாயை தோன்றும் ஓர் எலுமிச்சை முழுச் சிந்தனையையும் உழைப்பையும் கவர்ந்து விடும். என்றாலும் எலுமிச்சம் பழம் ஒன்று வேண்டும்.

61. கனவு காணுதல்

நான் வாழும் நகரம் வீங்கிக்கொண்டிருப்பதை அதன் உள்ளே வாழ்ந்து கொண்டிருந்தபடியே கண்டேன். மனிதர்கள் புடைத்துப் பெருகிக்கொண்டிருந்ததை விட அவர்களின் கனவுகளால் வீங்கியது நகரம். அட்டைகளுக்கு இடையே அதன் முதுகுத்தண்டினை விட அதிகமான பக்கங்களால் நோட்டுப்புத்தகம் புடைத்து வீங்கியிருக்குமே அது போல. வீங்கிக்கொண்டே இருந்த நகரத்தில் கனவுக்குப்பிகள் விற்கப்பட்ட கடையின் வாசலில் நின்ற நீளமான வரிசை மனிதர்கள் அப்படியப்படியே வீழ்ந்து கிடந்தனர். கனவு மனிதர்கள் அல்லது மனிதர்களின் கனவுகளால் நகரத்தின் தெருவிளக்குகள் தீவிரமாக எரிந்துகொண்டிருந்தன. என்றென்றும் வாழக்கூடிய மனிதர்களால் நிறைந்திருந்த நகரத்தில் நான் என்ன செய்வது என்று தெரியாமல் நானும் கனவு காணத்தொடங்கியிருந்தேன்.

62. திறப்பு

இரு திறப்புகள். அவசரத்திற்கான திறப்புகள். ஒன்று மூடியிருக்க, இன்னொன்றில் அவள் நுழைந்தாள். எனக்கும் ஒரு திறப்பு வேண்டும். நுழைந்த அவள் திறப்பையே நோக்கிக்கொண்டிருந்தேன். அவள் திறந்து வெளிவர எதிர்பார்த்துக்கொண்டிருந்தேன். இன்னொரு திறப்பு திறந்து இன்னொருவர் செல்வதை கவனியாமல். இப்படித்தான் எல்லா திறப்புகளையும் கைவிடுகிறோம். அவள் இன்னும் திறந்து வந்த பாடில்லை. இனி ஒன்று, இரண்டு திறப்புகளையுமே மாறி மாறிப் பார்த்திருக்கவேண்டும்.

63. சர்க்கஸ்

அவள் அதி உயரத்தில் ஊசலாட அவளைத் தாங்கும் கயிறு என் கையில் இருந்தது. இடது புறமிருந்து அதி விசையுடன் அவள் எதிர்பக்கம் நோக்கி ஊசலாட, அந்தத் திகைப்பில் கையிலிருந்த கயிற்றை விட்டேன். அவள் மண்ணோடு மண்ணாகக் கிடந்தாள். ஒரு கணம். மூச்சு பேச்சில்லாமல். சட்டென்று அவள் எழுந்து நின்ற பின் தான் எனக்கு மூச்சு வந்தது. ஓடிப்போய் அந்தக் கயிற்றை எடுத்துக் கும்பிட்டேன். இனி விட மாட்டேன் என்று கயிற்றின் மேல் சத்தியமிட்டேன்.

64. ஒளிக்கூடு

ஒவ்வொரு முறை கனவு நகரத்திற்குள் நுழையும்போதும், ஒளிக்கூடுகளாகிவிட்ட வீடுகள் இருசாரையாய் நிற்கின்றன. இளம்பருவக்கனவுகளை அங்கேயே விட்டுவந்ததை நினைவூட்டியபடி அவை உறைந்துபோயிருக்கின்றன.

நாட்குறிப்பேட்டில் அந்த நகரத்தின் பெயர் மாறியிருந்தது. எருமைகளும் நாய்களும் நிறைந்த நகரம். இரவில் மனித நிழல்கள் அங்கும் இங்கும் நடமாடும். ஆனால் அவை ஆவிகள் இல்லை. கண்களை மூடியபடி வரும் மனிதர்களையே அப்படியாக நிழல்களாகப் பூமியுடன் படிந்து அசைந்தனர். நிறைய கூத்துகள். ஆயிரம் ஆண்டுகளுக்கு முன்பு என் மூதாதையர் உருவில் நான் ஆடிய கூத்து களைகட்டி இரவில் சலங்கை பூட்டிய மரங்கள் அசையுமே அப்படியான இருளின் ஊளை. தெருக்கூத்தில் எண் திசையும் வீசி அசையும் கலைஞர்களின் உடல்கள். நானே எல்லா உடல்களுமாய் ஆகி என் முன் வந்தாடும் அந்தக் காட்சி. திகைப்பில் நகரம் தன் விடியலை விரிக்க, எல்லாமே ஓடி மறைந்த ஒரு பகலைச் சூரியன் தரையிறக்கியது. நான் என் கனவுகளை அந்த நகரத்திடமே விட்டுவிட்டு, பேருந்தேற கருஞ்சாலையின் ஒரு புறம் காத்திருந்தேன்.

65. பகலைத் திருடுதல்

எல்லோருமே நன்கு விழித்திருக்கும்போதே அவன் தண்ணீர் இறைக்கும் அந்த மோட்டாரைக் கழற்றிச் சென்றான். எல்லா கண்காணிப்பு கேமராக்களும் நோக்கிக் கொண்டிருந்தன. அந்த வீட்டின் சொந்தக்காரப்பெண்ணும் கண்காணிப்பாளருமான பத்மா, தன் காருக்குள் மறந்து வைத்திருந்த பர்சை எடுக்க மூன்று நிமிடங்களுக்கு முன்பாக வந்து எடுத்துச் சென்றிருந்தாள். எல்லோரும் அந்தப்பக்கமாகச் சென்று வரும் வழக்கமான வழி. கீரைகளை விற்கும் மூதாட்டி எல்லா வீடுகளுக்கும், அடுக்குமாடிக்குடியிருப்பின் உயர்ந்த வீட்டிற்கும் கேட்கவேண்டுமென்று 'கீரை, கீரை', என்று கத்திச் சென்ற நேரம். எதிரே இருந்த ஆட்டோவில் நாற்பது வயதுகளில் காதலர்கள் தலைமறைவாய்ச் சந்தித்து முத்தங்களைப் பகிர்ந்து கொண்டிருந்திருக்கின்றனர். அவன் சிறுவன். ஆனால், கைலி கட்டியிருந்திருக்கிறான். பண்டிகை நாளென்பதால் மதுக்கடை பட்டப்பகலுக்கே திறந்து ஆண்களால் வரிசை கட்டப்பட்டிருக்க ஏதோ ஒருவனுக்கு அந்த மோட்டார் மூலதனமாக இருந்திருக்கவேண்டும் என்று கூறினர். எல்லாவற்றையும் துல்லியமாக அந்தப் பக்கத்துவீட்டுக் கண்காணிப்பு காமிரா துல்லியமாகக் காட்டியது. நீலக் கைலி அணிந்த அவன் தண்ணீர் இறைக்கும் அந்த மோட்டாரைக் கழற்றி இரட்டைச் சக்கர

வண்டியில் ஏற்றி விர்ரென்று செல்கிறான். அடுத்த நாள் காலையில் முட்டக்குடித்த இருவர் சாலையோரம் உடை விலகக் கிடந்தனர். அவர்களில் ஒருவனுக்கு அந்தச் சிறுவனை அறிந்திருக்கலாம். எல்லோர் முன்புமாய் அந்தச் சிறுவன் ஒரு பகலைக் களவு கொண்டு போய்விட்டான் என்பதே எல்லோரின் குற்றச்சாட்டாயும் இருந்தது.

66. காமுகன்

அவன் ஒரு காமுகன். எப்பொழுது பேசினாலும் தன்னுடைய பாலியல் சாதனைகளைப் பற்றியே பேசுவான். பல விதமான பெண்களை அவன் அனுபவித்த விதங்களைக் கூச்சமில்லாமல் விளக்குவான். ஏதேதோ சிறந்த மருந்துகளை எல்லாம் அதற்காக அவன் சாப்பிட்டிருக்கிறான். இயற்கையாக ஆண்களுக்கு வடிவமைக்கப்பட்ட ஒரே ஓர் உச்ச பாலியல் அனுபவத்தையும் தாண்டி அவன் சாதிக்க விரும்பினானாம். சந்திக்கும் பெண்களிடம் சுவாரசியமான உரையாடலை நிகழ்த்த முயற்சி செய்துகொண்டே இருப்பான். தன் உடலைத் தாண்டிய அகமும் தன் உடலைத் தாண்டிய புறமும் அவனுக்குப் புரிந்ததே இல்லை. ஒரு கவிதையைப் புரிந்துகொள்ள இயன்றதில்லை என்பான். ஒருகாலத்தில் நரம்பெல்லாம் தளர்ந்து தெருவோரம் யாருமறியா அநாதையாகச் செத்து மறைந்தான். ஆனால், அவன் எந்தப் பெண்ணையும் சந்தித்ததே இல்லை. எந்தப்பெண்ணையுமேனும் அவன் சந்தித்திருந்தால் அவள் அவனைக் காப்பாற்றியிருப்பாள்.

67. 27

சுசீலாவின் *27* வயது மகன் நகரத்தை மழை பீடித்த ஒரு நாளில் என்னைத் தேடி வருகிறான். சுசீலாவின் *27* வயது வரை நான் நெருங்கிய தோழி. அதற்குப்பின் இருவரும் வேறு வேறு குடும்பத்திற்குள் புகுந்து கொண்டோம். இப்பொழுதும் அவனை ஏன் என்னிடமே அனுப்புகிறாள் என்று தெரியவில்லை. தன் வயதில் அவள் என்னைக் கண்டது போலவே நான் இருப்பேன் என்று எண்ணிக்கொண்டிருக்கிறாள். நான் திருத்தப்பட்ட ஒரு கதையைப்போல முற்றிலுமாய் உருமாறியிருக்கிறேன். இந்த *27* ஆண்டில் நான் சிறகுகளை எதன் பொருட்டும் நறுக்கிக் கொள்ளவே இல்லை. இறுக்கமான மொழி என்னை ஆட்கொண்டது. பல நிலவெளிகளை நான் கடந்துகொண்டே இருந்திருக்கிறேன். அல்லும் பகலும் கனவைக் கொலை செய்யாமலும் களவு போகாமலும் குத்தவைத்துக் காத்திருந்திருக்கிறேன். எந்தத் தருணத்திலும் என் வாழ்வு இன்னொருவரால் பிசகாதபடிக்கு வலுவான படிகளில் ஏறிக்கொண்டே இருந்தான். சறுக்கி விழுந்தால் எல்லோர் முன்பும் புன்னகைத்த படியே எழுந்திருந்தேன். அவன் சந்திக்கப்போவது சுசீலாவின் தோழியை இல்லை. சுசீலா தன்னில் காணாமல் போன பெண்ணை.

68. அவர்கள்

அவர்கள் அவளைப் புறக்கணித்தார்கள். எந்த ஆட்டத்திலும் சேர்த்துக்கொள்ளவில்லை. பொய்யான ஞாயிறு மாலை கபடியிலும் கூட, கோலி விளையாட்டிலும் கூட. எப்பொழுதுமே வெற்றியை ஈட்டிவிடும் சதுரங்கப்போட்டியிலும் கூட அவளைப் புறக்கணித்தாரகள். முதல் காரணம், அவளைப் பார்த்து அவர்கள் அச்சப்பட்டார்கள். இரண்டாவது காரணம், அவளைத் தங்களுக்குச் சமமானவள் இல்லை என்று அவளுக்கு நிறுவ முயன்றார்கள். மூன்றாவது காரணம், அவர்களிடம் போலி விளையாட்டில் கூட அவள் வென்றுவிடுவாள் என்பதை அவர்கள் யாரும் விரும்பவில்லை. நான்காவது காரணம், அவர்களின் விறைப்பான முதுகுத்தண்டு அவர்களை விட உயரமாயிருந்தது அவர்களையெல்லாம் அச்சுறுத்தியது. ஐந்தாவது காரணம், அவளால் எப்பொழுதுமே தான் மட்டுமே விளையாண்டு கொள்ளும் புதிய விளையாட்டொன்றை உருவாக்கிவிட முடியும் என்று அவர்கள் எல்லோருக்கும் தெரியும். ஆறாவது காரணம், அவளை உருவக்கேலி செய்தால் அவள் உடனே அழுதுவிடுவாள். ஏழாவது காரணம், அவள் முகத்திற்கு நேரே யாரும் அவளைப் புகழ விரும்பவில்லை. எட்டாவது காரணம், அவள் பொதுவாய் வளர்ந்தவர்களிடம் சென்று தன் குற்றச்சாட்டை முன்வைப்பாள் என்று

எதிர்பார்த்திருந்தார்கள். ஒன்பதாவது காரணம், எப்பொழுதும் அவள் அவர்கள் எல்லோரையும் புறக்கணித்தார்கள் என்பது அவர்களுடைய குற்றச்சாட்டு. பத்தாவது காரணம், அவள் உலகம் அவர்கள் எல்லோரின் உலகத்தையும் விட மிக அகண்டதாக இருந்தது. பதினொன்றாவது காரணம், எப்பொழுதும் அவள் தன்னுடனேயே பேசிக்கொண்டிருந்தாள். பதின்மூன்றாவது காரணம், அவள் தன் காயங்களை மறைத்துக்கொள்கிறாள். பதினான்காவது காரணம், அவள் மகிழ்ச்சியை ஒரு தீப்பெட்டியில் அடக்கமுடியவில்லை. பதினாறாவது காரணம், ஒன்றுக்கும் பெறாத வசவுகளை அவர்களுடைய அம்மாக்கள் அவளைக்காட்டித் தான் இடித்துரைத்தனர். பதினைந்தாவது காரணம், இதற்கு மேல் எல்லா காரணங்களும் கொண்டிருக்கும் அவளுடைய எதிர்காலத்துடன் வருவாள்.

69. காதலன்

அவன் தன்னை நடுகடலுக்குள் அழைத்துச்செல்லச் சொல்லி ஒரு வேண்டுகோளை முன்வைத்தான். சரி என்றேன். பகலில் இல்லை, நடு இரவில் என்றான். அதுவும் நானும் அவனும் மட்டுமே என்றான். படகோட்டியேனும் வேண்டுமே என்றான். அவன் படகை இயக்கட்டும், பரவாயில்லை. நடுக்கடலுக்குள் செல்ல, நான் இப்பொழுது அவனைக் காதலிப்பதா, படகோட்டியைக் காதலிப்பதா.

70. குவியம்

ஒரு கண்ணாடியில் என்னைப் பார்க்கும் போது நான் என்ன பார்க்கவிரும்புகிறேனோ அதை மட்டும் பார்த்துக்கொள்கிறேன். குறிப்பாக, என் பளிச்சென்ற பற்களை, அல்லது நரையற்ற என் அடர்த்தியான முடிப்பகுதியை. அல்லது, என்னையே பார்க்கும் என் கண்களை. கண்ணாடியல்லாத தருணங்களில், நான் என்னை எங்கெங்கோ பார்த்துணர்ந்து கொள்கிறேன். கண்ணாடிக்குட்படாத என் உடல் எல்லைகளில் பிரவேசிக்கும் மனத்தின் கண்ணாடி நீர்மமாய், வாயுவாய் வளைந்து நெளிந்து என் எல்லா அங்கங்களையும் கைப்பற்றிவிடுகிறது. கண்ணாடி அவசியமில்லை.

71. தற்கொலை

இலட்சோப இலட்சம் ஆண்டுகளாக நான் நிலவைத் தொடர்ந்து வருகிறேன். இறப்போ பிறப்போ அதனிடமிருந்து துண்டித்துவிட நான் காணாமல் போவதுண்டு. என்றாலும் எப்பொழுதும் நிலவைக் கண்டுகொண்டிருக்கும் படியாக எப்படி நான் உருவெடுப்பது என்றபோது குளத்தில் மூழ்கிய நிலவு தன்னிடம் வரும்படி அழைக்க, குளத்தில் மூழ்கிப்போனேன் ஒரேயடியாய்.

72. பருவமாற்றம்

மழைக்காலம் வந்தது. கோடைகாலத்தின் எல்லா நினைவுகளும் பசுமரத்தாணி போல மனதின் கரையில் எழுதப்பட்டிருக்கின்றன. கடினமான மைல்கணக்கான நடை, நோய், கருணையற்ற பார்வை, விதியின் வலி எல்லாவற்றையும் மனம் ஏற்றுக்கொண்டு எழுத்தாக்கிக்கொண்டே இருந்தது. பயணம் முடிவிலாமல் நீண்டிட இன்னும் கொஞ்சம், இன்னும் கொஞ்சம் என்ற சொற்ப வலுவையும் கால்களாக்கிப் பயன்படுத்திக்கொண்டே இருந்தேன். எதுவுமே இனிமையாய் இல்லை. யாரிடமும் இனிமையே இல்லாதது போல கசப்பின் பாவனைகளும் சொற்களும். கோடைகாலம் என்றால் அப்படித்தான் போல. மழைக்காலம் வந்துவிட்டது. ஒரு பெருமழை எல்லாவற்றையுமே அடித்துப்போய்விடக்கூடம். அதற்குத்தானே மாறி மாறி வருகின்றன பருவங்கள்.

73. அழத்தெரிந்த பெண்

கணவனின் உடலருகே அமர்ந்து, உடலை எடுத்துச் செல்லும் வரை அவள் அழுதுகொண்டே இருந்தாள். 'அவர் இறந்தது நல்லது தான். அவர் இவ்வளவு காலமும் நோய்வலியைத் தாங்கமுடியாமல் தாங்கிவந்தார். ஒரு பெருந்துயரம் முடிவுக்கு வந்தது தானே', என்றதும் அவள் இன்னும் ஓலமாய் அழுதாள். எனக்கும் அழுவதற்கான தருணம் இத்துடன் முடிந்து விடும். இவருக்கு அப்பால் அழுவதற்கான காரணமே என் வாழ்க்கையில் இல்லை என்றாள்.

74. இடைவெளி

ஒரு காபிக்கும் இன்னொரு காபிக்கும் இடையில் தொலைதூர கற்பனைகளின் பயணம் இருக்கிறது. அந்தக் களிப்பும் களைப்பும் காபியைத் தேடிப் போகச் சொல்கிறது. காபி என்பது பானம் இல்லை. கற்பனையாய் நிறைவேறிய கற்பனையின் உருக்கம்.

75. ஈருடல்கள்

இப்பொழுதெல்லாம் நான் அதிர்ந்து பேசுவதில்லை. ஏனெனில் என் உடலில் இரு உடல்கள் இருப்பதைக் கண்டுகொண்டேன். உள்முகமாக என் முகம் திரும்பிக்கொண்டது. இரண்டும் பெண் உடல்களா இல்லை இரண்டும் ஆண் உடல்களா. ஒன்று ஆண் உடலாகவும் ஒன்று பெண் உடலாகவும் இருந்திருந்தால் கூட விந்தை கூடியிருக்கலாம். இரண்டும் பெண் உடல்களாக விரிந்துவிட்டன. பூக்களால் பொதிந்ததைப் போல ஓர் உடலில் ஈருடல்கள். அதிர்வோ சத்தமோ முரணோ இல்லாமல் வானத்திற்கும் பூமிக்கும் இடையே தோன்றிய புதுமையைப்போல நானே நானாகிக்கொண்ட இந்த வேளையில் பிரபஞ்சத்தின் தனித்திவலை நான். இந்த ரகசியம் இத்தனைக் காலம் தெரியாமல் போனது. ஒரு கனவே மீண்டும் மீண்டும் தோன்றி எனக்கு இதை உறுதி செய்யும் வரை நான் அறிந்திருக்கவில்லை. அதிர்வில்லாமல் பூத்த கணங்கள் எல்லாம் கனவுமயமானவை. என் உடலில் ஈருடல்கள். இரண்டும் பெண் உடல்கள்.

76. இருவர்

அவன் தன் புகைப்படங்களை நான் அறியாத வண்ணம் தனக்குத் தானே போற்றி ரசிப்பான். நான் என் புகைப்படங்களுடன் தனித்து வாழக்கடவது என்பது போல வாழ்வேன். அவன் தன் நூல்களைத் தானே வடிவமைத்து ரசித்துக் கொண்டாடுவான். நான் என் நூல்களை என் உலகத்தின் அலமாரிக்குள் அடுக்கிவைத்து ரசித்துக்கொள்ளலாம். அவன் தன் உறவினரை ஒரு போதும் என் வாழ்வியலுக்குள் அனுமதியான். நான் என் உறவினரை எப்படி வேண்டுமானாலும் கொண்டாடி வாழலாம். ஆனால், என் காதலை அவன் கடுமையாகக் கண்காணிப்பான். முளையிலேயே அறுத்து எறிந்துவிடுவான். அவனுடைய காதலையோ முழு பரவசத்துடன் என் முன்னிலையில் அரங்கேற்றுவான்.

77. எட்டப்பார்வை

எனக்கும் கிட்டப்பார்வை குறைபாடு, அவருக்கும் கிட்டப்பார்வை குறைபாடு. இருவருமே எங்கள் கண்ணாடிகளைக் கழற்றி எதிரே வைத்துவிட்டு கண்களை மூடி காதோரமாய் ஒருவரையொருவர் உரசி முத்தமிட அகமகமாய்க் கரைந்து வழியும் உடற்படிமங்கள்.

78. எப்பொழுதும் போல ஒரு மழை

எப்பொழுது மழை பெய்தாலும் அதன் சத்தம் இனியதாகிறது. அதன் விரல்கள் இசைக்கருவியின் எந்த நரம்பினையோ தொட்டுவிட்டது போல நினைவு கிளர்ந்தெழுகிறது. அதன் பின் அந்த நினைவின் பின்னால் ஓடோடிச் சென்று அதில் காணும் எல்லா மனிதர்களையும் பொருட்களையும் பொழுதுகளையும் கலைத்துப் பார்க்கிறேன். கைகளால் விலக்கிப் பார்க்கிறேன். ஏதோதோ உயிர்க்கிறது. ஒன்றின் மீது ஒன்றாய் இடித்து நெருக்கடியை உண்டாக்குகிறது. வேகமாக நினைவின் இசைக்கசிவிலிருந்து தப்பிக்கவேண்டுமென்றால் மழை நிற்கவேண்டும். மழை நிற்பதாக இல்லை. எல்லா மரக்கிளைகளின் இலைகளிடமும் அது தன் நரம்பின் மீட்டலைச் செய்துமுடித்த பின் தான் அமைதியாவே என்கிறது. என் நினைவுப்பொழுதோ பெருகிப்பெருகி, நான் உடைகிறேன், அழுகிறேன். எதையெதையோ இழந்துவிட்டதைப் போல. ஆனால், ஒவ்வொரு முறை மழை வந்து செல்லும் போதும், எல்லாம் அப்படியப்படியே தானே இருக்கிறது. இல்லையெனில், நீ எப்படி அவற்றை மீண்டும் காணமுடியும். இன்றும் காலையில் ஒரு மழை.

79. அறுவை சிகிச்சை கருவிகள்

தனக்குத்தானே அறுவை சிகிச்சை செய்து கொள்ள உதவிய கருவிகளை அவள் காட்சிக்கு வைக்க விரும்பினாள். அதிலும் குறிப்பாக, ஓர் ஆணுக்குத் தன் உடலைக் காட்டிய தருணத்திலிருந்து அவள் புதிய புதிய நவீன உபகரணங்களை வடிவமைக்க வேண்டியிருந்தது. துருப்பிடிக்காத அதே சமயம், நுட்பமான முனைகளையும் பயன்களையும் கொண்ட கருவிகள் தேவைப்பட்டன. அம்மாவிடம் கேட்டால், அவள் பயன்படுத்தியதை அவள் பயன்படுத்த முடியாது என்றும் இது வேறு யாரிடமும் கடன் வாங்க இயலாது என்றும் சொன்னாள்.பாட்டியின் கருவிகள் பழமையானவை, இந்தக் காலத்திற்குப் பயன்படாதவை என்று வீசி எறிந்துவிட்டாளாம். அவை எப்படி இருக்கும் என்றாவது பார்க்கவேண்டும் என அவள் விரும்பினாலும் பாட்டி, கடலின் ஆழத்தில் அவை தொல்பொருள்களாகி இருக்கக்கூடும் என்று அலட்சியமாக்கினாள். அவளின் ஏமாற்றத்தை விட, கருவியை தனக்குத்தானே கண்டடையும் தீவிரம் பெருக, பெண் - ஆண் உடல்களின் பொருந்தாமையையும் இணைக்கும் அவசியத்தையும் கருத்தில் கொண்டு ஒரே ஒரு கருவியை முதலில் வடிவமைத்தாள். அது ஒரு பயனைத்தான் தந்தது.

அம்மா சொன்னது போல், அது பிறருக்குப் பயன்படாது என்பதால், அதை தன் உடலுக்குள்ளேயே வீசி எறிந்துவிட்டாள். இன்னொரு கணத்திற்கும் அது பயன்படாது என்று அறிய அந்தக் கருவியைச் செய்யும் அறிவு அவளுக்கு உதவியது. அறுவை சிகிச்சை கருவிகள் செய்வதை ஒவ்வொரு நாளும் தனிச்சிறப்பு பணியாகக் கொண்டிருந்தாள். பாட்டி, நூற்றியிரண்டு வயதில் தான் இறந்து போனாள். அவள் இறந்து போகும் முன் சொன்னது, அதற்கு நீ ஆண் உடலுக்கு உன்னைத் திறந்து கொடுக்காமலே இருந்திருக்கலாம். உடல் முழுக்க கருவிகளாலான உடல் நீண்ட காலம் வாழ இயலாது என்று சொல்லிவிட்டு மூச்சை நிறுத்திக்கொண்டாள்.

80. நான்

என்னை அறிந்த ஒவ்வொருவருக்குள்ளும் என் ஒவ்வொரு உருவம் இருந்தது. அவர்கள் அதற்கு கைகள், கால்கள் இன்ன பிற எல்லா அங்கங்களையும் அவர் அறிந்த அளவில் வடிவமைக்க முடிந்தது.

மூளை பற்றி அவர்கள் என்ன செய்வது என்று தெரியவில்லை. அவரவர் மூளையை அவரவர் பார்த்திருந்தாரில்லை. தலையின் மூடியைத் திறக்க ஒவ்வொரு முறையும் கண்ணாடி முன் நின்ற போது அவரவருடைய மூளையே படர்ந்தது. அவரவர் பார்வைகள் அப்பொழுது விலகிப்போய்விட, விரல்களால் தொட்டுப்பார்க்கும் வண்ணமே மூளையொன்று இருந்தது. ஆக, சிந்திக்கும் ஒரு வண்ணமாய் அவரவருக்குள் என்னைப் படைக்கப் போராடித் தோற்றனர். ஆனால், அவரவர் படைத்த கைகள், கால்கள், புலன்களுடன் புலன் உணர்வுகளுடன் நான் எல்லோரையும் நான் கடக்கவேண்டியிருந்தது.

81. அம்மா

அம்மா நம்பிக்கையான மிடுக்கான பெண்மணி. என்னை விடவும் துணிவானவர். அவ்வப்பொழுது தன் புத்திசாலித்தனத்தை உரையாடலில் வெளிப்படுத்துவதில் தீவிரமாக இருப்பார். உறவினர் பேசிய உரையாடலின் சாரத்தை எந்தக் குறைவும் இன்றி விவரித்துவிடுவார். பக்கத்துவீட்டுப்பெண்மணி, தன்னிடம் வாங்கிய பணத்தில் எவ்வளவு நாணயங்களை ஏமாற்றினாள் என்றும் கணக்காகச் சொல்லிவிடுவார். எவ்வளவோ காய்கள் காய்த்த நாரத்தை மரத்தை யாரோ நல்லதில்லை என்று சொன்னதிற்காக வெட்டிவிட்டதை வருத்தத்துடன் போகிறபோக்கில் சொல்லிக்கடந்து செல்வார். ரயில் சத்தம், சாலையில் செல்லும் வியாபாரிகளின் கூவல், அண்டைவீட்டு நாய் குரைப்பு எல்லாவற்றையும் தாண்டி ஏதேதோ தன் நம்பிக்கையின் சொல்மணிகளை என்னிடம் கடத்திவிடுவார். ஆனால் நேரில் பேசுகையில் உரையாடுகையில் என் விவாதம் முற்றுகையில் அவர் நம்பிக்கையைத் தகர்க்கையில் ஏதும் பேசாமல் தன் இடது கைவிரல்களால் இடது கண்ணைத் துடைத்துவிடுவது போல் செய்துகொண்டே இருப்பார். என் நம்பிக்கையும் அப்பொழுது எல்லாம் சுக்குநூறாகிவிடும்.

82. தனி

நான் தனியாக இருப்பதாக நினைத்துக்கொண்டு அவர் என்னை நெருங்கினார், நேசித்தார். காற்றின் வழியே காதலை அனுப்பினார். பிரகாசமான பொழுதுகள். பரவசமான கற்பனைகள். பிறகொரு நாள் அவர் என்னை யாருடனோ சேர்த்துப் பார்த்திருக்கிறார். நான் யாரையோ பார்த்துப் புன்னகைத்திருக்கிறேன். ஒருவருடன் வாழ நேர்ந்ததையும் கூட்டமாய் வசிப்பதையும் அவரிடம் சொல்ல முடிந்ததில்லை. அவர் என்னைத் தனியாகவே பார்க்கவிரும்பினார் அவர் நேசிப்பதற்கு வசதியாய். அவர் சந்திக்க விரும்பியதற்கு வசதியார். இரவும் பகலும் மாறி மாறிப் புரள்வதைப் போல். அவர் நேசித்தார். பின் என்னை மறந்தார். மீண்டும் என்னை நேசித்தார். ஆகவே எப்பொழுதும் என்னை நேசித்துக்கொண்டேயிருந்தார். எப்பொழுதும் நான் தனியாக இருப்பதை நானே உணரும்படியாகவே என்னை நேசித்தார்.

83. இறப்பு

நான் இறந்தேன். எப்படி என்று தெரியவில்லை. ஆனால், என் உடல் முழு உடலாகப் புதைந்தது. அங்கங்கள் நசிவின்றி இறப்பது அப்பொழுதெல்லாம் வழக்கம் போல. புதைக்கும் போதும் யாரும் உறுப்புகளைத் திருடிக்கொள்ளவில்லை. நல்வாய்ப்பாக, சில பூக்கள், இலைகள், தானியங்கள், நான் பயன்படுத்திய கருவிகள் ஆகியவற்றுடன் அடக்கம் செய்தார்கள். எல்லா உணர்வுகளையும் துல்லியமாக அனுபவிக்கும் மேட்டுப்புதைவில் நதியின் கரையில் அமிழ்ந்து கிடந்தேன். கடும் கோடையில் உருகிக் கூழ்மாகியும் அப்படியே உறைந்தும் உடலாகவே படிந்துபோயிருந்தேன். இன்னொரு காலத்தின் வரலாற்றை அகழ்ந்தாய்ந்தவரின் கைகளில் பொன்னுடலாக சலிக்கப்பட்டு அயராத ஒரு படிமமாகி மீண்டும் பூமி கண்டேன். புகைப்படமானேன். சொற்கள் குமைந்த மனித உடலின் சாட்சியானேன். அருங்காட்சியகத் தனிமையிருளிலும் இரைச்சல் பகலிலும் அமைதி செழித்த உடலானேன்.

84. மிகச்சிறிய வீடு

வீடு மிகச் சிறியது. இருவருமே புழங்கும்போது ஒருவருக்கான வீடு இன்னும் சிறியதாகும். நான்கு கால்களும் நடமாடும் அம்மீச்சிறு வெளியில் எப்பொழுதாவது அவளின் கால் இன்னொருத்தியின் காலினை இடறுவதுண்டு. இன்னொருத்திக்கு அப்பொழுது சிவப்பு விளக்கை அதிக ஒலியுடன் அலறவிட்டது போல் ஏதேதோ கேட்கும் போல. அந்த இன்னொருத்தி அவளை வேண்டுமென்றே இடறியதாக, இடறலின் வரலாற்றை முழுவதுமாகப் பேசிக்காட்டி அவள் அலற அலறக் கதறக் கதற விடுவாள். மீச்சிறுவெளி துடித்து அதிர்ந்து அடங்கும் மெல்ல. இன்னொருத்தியும் அது போல அவள் காலை இடறுவதுண்டு. அவள் தெரியாமல் நிகழ்ந்து விட்டதாய்க் கூட அதைச் சுட்டிக்காட்டாமல் தன் சிறு வெளி நோக்கி நகர்ந்துவிடுவாள்.

85. மின்னல் கணம்

அன்றொரு நாள் நான் ஒரு மின்னல் கணம் தனித்திருந்தேன். யாருடனும் உறவாய் இன்றி, பெயரும் இன்றி, மனதின் இலட்சியங்கள் தளர்ந்து தனியாய், ஒரு துகளாய், முன் பெய்யும் ஒரு துளியாய் வந்து வீழ்ந்திருந்தேன். கனவு, காலம், பொழுது ஏதுமில்லாத ஒரு தக்கையைப் போல. அப்பொழுது காற்று அடித்துச் சென்று இன்னோர் இடத்தில் வீழ்த்தியது. அப்பொழுதும் எந்த ஆண்டு, எந்த ஊர், எங்கேயிருந்து வந்தேன் எனும் உணர்வின்றி காலத்தின் கடலில் ஒரு மிதவையைப் போல ஊசலாடிய படி. கரையெங்கே என்று தேடாத விழிகளின் பஞ்சுப்பொதி மூட, வலியோ அசௌகரியமோ இல்லாத உடலாய், உடலுக்குள் அலட்சியமாய் துடிக்கும் துடிப்பாய் ஏதுமின்றி யாருமாய் இன்றி காணும் காட்சிகள் நெஞ்சில் பதியாது, உணரும் குளிர்ச்சி மனதிற்கு உறைக்காது காற்றுடன் காற்றாய் அலைந்திடும் பேதமையுடன் மணல்துகள்கள் ஒன்று கூடிய ஒரு ஊனாய் ஒரு கணம் மட்டுமே தனித்திருந்தேன். பின் எல்லாம் என்னை உலுக்கு நானாக ஆக ஆணையிட்டது.

86. சரசம்

கண்ட கணத்திலேயே கண்களின் தகிப்பை கண்களுக்கு மாற்றிவிட்டவன் தான். பார்வையில் நகர்தலில் காணாத போது கண்டதில், கண்டபோதும் கண்ணொற்றிப் பார்த்ததில் அசைவில் பழகுதலில் சிறு சிறு தகிப்பு. சரசத்தின் ஊடே நிகழ்வது கண்ணாமூச்சி விளையாட்டு. ஒளிந்து காட்டி, மறைத்துக் காட்டி உண்மையிலேயே அது காமச்சேட்டையின் பங்காகிவிடுமோ என்று அறியும் முன் காதலைப் போல தழலாகி எழுந்து நின்று படமெடுத்தாடும். சரசத்தைக் காதலுக்குக் கடத்துவதில் எனக்கு அவசரம், அவருக்குத் தயக்கம். காதலின் எல்லையைத் தொட்டுவிட்டால் எல்லாமே கசக்கும் என எனக்கு அச்சம். காதலின் எல்லையைத் தொடாத சரசம் தனது இலட்சியம் என்பதில் அவரது தீவிரம்.

87. ரகசிய இடம்

நீண்ட காலமாக, நான் பருவம் எய்தியதிலிருந்து எனக்கு ஓர் இரகசிய இடம் தேவைப்படுகிறது. வேறு எவரும் சம்பந்தப்படாத ரகசியங்களை எல்லாம் அவ்வப்பொழுது சேகரித்து ஒளித்து வைக்கவேண்டியதற்கென ஓர் இடம். அவை எல்லாமே என் தொடர்பானவை என்பதால், வேறு எவரும் அவற்றைக் கண்டுபிடித்துவிட முடியாதபடிக்குப் பாதுகாத்து வைப்பதற்கான அவகாசம் வேண்டியே இந்த இடம். ஆனால் அப்படி ஓர் இடமின்றி, இடத்தைச் சேகரிக்கும் வசதியுமின்றி பருவங்கள் கழிகின்றன. ஏதோ உணர்வாகக் கூட இருக்கலாம் தான். என்னுடன் பழகுபவர், உறவு கொண்டாடுபவர், என்னை எதிர்ப்பவர் எவரும் அறியவேண்டியதற்குத் தகுதியில்லாத உணர்வைக் கூட நான் ரகசியமாய்ப் புதைத்துவைக்க விரும்புகிறேன். புதைத்து வைக்க என்றால் ஒளித்துவைக்கவே. மீண்டும் அந்த இடத்திற்குள் நான் நுழைந்து ஒளித்துவைத்தவற்றை மீள் பார்வை செய்ய முடியவேண்டும். அப்படியான வெளியே இன்றி மெய் நிகர் வெளியிலும் முட்டி மோதி மோதி நிறைவாக இந்தப் பிரபஞ்சமே அதற்கானது தான் என்று கண்டுகொண்டேனே பாருங்கள்.

88. உடலை நினைவில் கொள்ளுதல்

எல்லா அன்றாட வேலைகளுக்கு இடையேயும் உடலை நினைவில் கொள்ளவேண்டியிருக்கிறது. பல் துலக்குகையில், ஒரு பல்லை சிகிச்சைக்குத் தயாராக இருப்பதை நினைவில் கொண்டபடியே பல் துலக்கவேண்டியிருக்கிறது. தலையை வாருகையில், குறைவான வசதியான நேரத்திற்கே தொக்கணம் கொடுக்கவேண்டியதையும், கடைசியாக தலைகுளித்த நாளை நினைவில் கொண்டு அடுத்த முறை எந்த நாள் என்பதையும் நினைவில் கொள்ளவேண்டியிருக்கிறது. சரியான இடைவெளியில் உணவையும் இன்று உடலுக்குத் தேவையான நுண்ணூட்டச்சத்து எல்லாவற்றையும் உடலுக்குக் கொடுத்துவிட்டோமா என்பதையும் நினைவூட்டிப் பார்த்து மனதிலேயே குறியீடு இட்டுக்கொள்ளவேண்டியிருக்கிறது. உடையில் தன்னுடலுக்குப் பொருத்தமான அழகூட்டும் உடையை மனதில் வரிசையாக நினைவூட்டிப்பார்த்து அதைத் தேர்ந்தெடுக்கவேண்டியிருக்கிறது. புற உடலைத் தாண்டி, அக உடலுக்குள் செல்லும் படியாக மனதினைப் பழக்கி ஒவ்வோர் உறுப்பின் நலனையும் பேணும் நடவடிக்கைகளை உணர்வுகளை உட்செலுத்த வேண்டியிருக்கிறது. உடல் நல மன நல மருத்துவர் என்பதால் உடல் குறித்த பணிகளே அதிகமான நேரத்தையும் உழைப்பையும் ஆற்றலையும் எடுத்துக்கொள்ளும் இந்த நாளில் மழை அதிகமாய்ப் பெய்கையில், உடலை விட்டு மனம் எங்கோ நழுவிச் செல்கிறது.

89. சத்தம்

அடர் கனவுகளில் காதுகளைப் பொத்திக்கொண்டு கத்துகிறேன். சத்தமே வரவில்லை. மனிதக் கூட்டத்திற்கிடையே மௌனமாய் வலம் வருகிறேன். அவ்வளவு சத்தமாய் இருக்கிறேன் என்கிறார்கள்.

90. வண்டின் பின் செல்லும் பூ

எனக்கு நன்றாகத் தெரிந்துவிட்டது, அவனுடன் ஒரே ஒரு முறை தான் படுப்பேன். அதாவது அவனுடைய உடல் எனக்கு ஒரே ஒரு முறை. அவசியப்படுகிறது. ஏன் என்று கேட்காதீர்கள். எனக்கும் தெரியாது. உடலின் அந்தரங்க வெளியில் அவன் உடலுடன் நான் செய்யும் செய்கை எதைக் கொண்டு வந்து என்னுள் இட்டு நிரப்பப் போகிறது என்று அறிந்தால் நானே அதை எனக்குச் செய்துகொள்ள மாட்டேனா. ஆனால் அந்த ஒரு முறைக்காக, நான் வண்டின் பின்னேயே திரியும் பூவைப் போல செடியிலிருந்து என்னைப் பிய்த்தெடுத்துக் கொண்டு அவன் பின்னேயே திரிகிறேன் நாளெல்லாம்.

91. தாவர இனம்

நான் வளர்ந்து கவிஞராகிய பின்னும் என்னை ஒரு தாவர இனமாகவே நினைத்துக் கொண்டிருந்தேன். சூரியனைக் குடிப்பதைத் தினமும் ஒரு வேளையாக நினைத்துக் கொண்டிருந்த போது, என் கண்களிலிருந்து சூரியனை நகர்த்தி வைத்த ஒரு நாள் நான் மிருகமாக முன்னங்கால்களை காற்றில் தூக்கி வைத்துக் கர்ச்சித்தேன்.

92. மாயை

மாயை போல ஓர் ஆண் வந்து நிற்கிறான். நான் நன்கு அறிவேன். புலி போல வேட்டயாடித் தின்ற சதையின் நுகர்ச்சிக்குப் பின் எதுவுமே, நான் வேண்டிக்கேட்பது எதுவுமே, எனக்கு அவசியமானது எதுவுமே அவனிடம் இல்லை என்று. வேட்டையை வேட்டையின் நிமித்தம் மட்டுமே செயல்படுத்தும் திறனுடன் என் பாய்ச்சல் எழுகிறது. அந்த அறையில் நுழையும் போது அது ஒரு புதிய உலகத்தின் கதவைத் திறக்கும் என்று நான் நினைக்கவில்லை. காலகாலமாய் என்னை அறிந்த புன்னகை ஒன்று அங்கே அமர்ந்திருந்த நூற்றுக்கணக்கானவர்களில் ஒருவரிடமிருந்து ஒளிர்வதைக் கண்டேன். பின், அது பறந்து வந்து என் முகத்தில் அது ஒட்டிக்கொண்டது. நான் வீடுவரை வந்து என் முகத்தை நீர் தெளித்துக் கழுவிய பின்னும் அது சற்றும் கரையவில்லை, உதிரவில்லை, அழியவில்லை. தூங்கச் சென்று விட்டேன். புரண்டு புரண்டு வந்த தூக்கம் தான். மூடிய கண்களுக்குப் பின்னாலிருந்து வீசும் ஒளியுடன் ஒரு புன்னகை. படுக்கையிலேயே சட்டென்று விழித்து எழுந்து அமர்ந்தேன். வெளியிலிருந்து எப்படி அந்தப் புன்னகை உள்ளே சென்றது என்று அறிய முடியா சிக்கலும் மந்திரத்தன்மையும். பின் எப்பொழுதுமே உதிரவில்லையே என்ற கவனத்தில் புன்னகையின் முகத்தைத் தேடிச் சென்றேன். அந்த முகம்,

என் கைகளில் வந்து அமரும் எல்லா முயற்சிகளையும் செய்து என் வீட்டிற்குள்ளேயே என் அறைகளுக்குள்ளேயே நான் பார்க்கும் கண்ணாடியிலேயே உலவவிட்டேன். புன்னகை கொஞ்சம் கொஞ்சமாய்க் கறுத்துப் போய், புன்னகையே அற்ற முகமாய் என் முகமும் ஆகியது. புன்னகை என்றால் உதிர்ந்து போவது தான்.

93. ஒரே ஒரு கவிதை எழுதிய கவிஞன்

நான் அவனை அவ்வளவாக நேசிக்கவில்லை. எனக்கென யாருமில்லாத இந்த நாட்களில் அவனைப் போல ஓர் ஆள் இருந்தால் பரவாயில்லை என்று தோன்றியது. என்னைச் சமாதானப்படுத்த ஒரே ஒரு கவிதையை எழுத அவன் தொடர்ந்து முயற்சித்துக் கொண்டிருந்தான். அவனுக்கு அவநம்பிக்கை கொடுக்கவேண்டாமே என்று கவிதை நன்றாக இருக்கிறது என்றேன். அப்படியெனில் ஒரே ஒரு முத்தத்தை மட்டும் பதிலாகத் தரக்கேட்டான். பொய்யாக ஒரு முத்தத்தை மட்டும் என்னால் தரவே இயலவில்லை. அதன் பிறகு அவன் கவிதை எழுதுவதே இல்லை என்றான்.

94. பந்து

எங்கள் கைகளிலிருந்து நழுவி ஓடிச் சாக்கடைக்குள் விழுந்து விட்ட பந்தைப் போல அவர் எங்கள் வாழ்விலிருந்து நழுவிப்போனார். அவர் மரித்துப் போகவில்லை, தொலைந்து போகவும் இல்லை. எங்களுடனான வாழ்க்கை இனிக்காமல் போய்விட்டதாக அவர் சென்றுவிட்டார். நாங்கள் எல்லோரும் மௌனமாக அழுதோம். கனவுகளுக்குள் வரை அழுதோம். சுவர்களில் கூட எங்களின் கண்ணீர்த்தடங்கள் பதிந்திருந்தன. அவர் இன்னொரு வாழ்வை வாழவே சென்றார் என்று நினைத்துக்கொண்டாலும் விரிந்த எங்கள் கைகள் அப்படியே வெளி நோக்கித் திறந்திருந்தன. அவர் இல்லாது போன வாழ்வை நாங்கள் நிரப்பிக் கொள்ளத் தயாராக இருந்தோம். வெறுமை எனும் பந்து நழுவி ஓடிய கணங்களைக் கைகளில் பிடித்து வைத்திருக்கத் தெரியாது அதிர்ந்து போயிருந்தோம். வாழ்க்கை மூர்ச்சயாகி போனதோ என்பது போல் சத்தமில்லாது எல்லாம் நிகழ்ந்திருந்தன. ஆண்டுகள் உருடிப்போன பின்னும் கண்ணோரமாய் நழுவி விழத்தயாராக இருந்த ஒரு துளியுடன் நாங்கள் நடந்து கொண்டே இருந்தோம்.

95. அ – முதல் ஓ – வரை

அ-விற்குக் குழந்தை தேவையாயிருந்தது. அதற்கு, ஆ-வையோ இ-வையோ அவள் அண்டி வாழ்ந்திட வேண்டியிருந்தது. ஆ-வும் இ-யும் பொறுக்கிகளாக இருந்தனர். அவர்களுடன் பெறும் குழந்தை பொறுக்கியாக இருந்தால் அந்தக் குழந்தையைப் பார்க்கும் போதெல்லாம் அ-வின் குழந்தை, ஈ-யும் பொறுக்கியாகத் தான் இருக்கவேண்டும் என்று தோன்றுவதைத் தவிர்க்கமுடியாது. அ-வின் தோழியான உ-விடம் ஆ-விற்கு உறவு இருந்ததை அ - அறிந்தும் பேசாது இருந்தாள். ஆ-விற்கும் உ-விற்கும் பிறந்த குழந்தை ஊ-வின் மீது ஆ-வின் சாயல் இல்லவே இல்லை. உ-வைச் சந்தேகிக்கவே மாட்டான் ஆ. ஏனெனில் அ-வை அவன் எவ்வளவோ சந்தேகித்து முடித்துவிட்டான். அ-வைப் பொறாமை படுத்துவதற்காகவே, உ-விடம் அவன் நல்லபடியாக வாழ்ந்துகொண்டிருந்தான், உலகத்திடம் காட்டிக்கொள்வதற்காக. இ-யைப் பற்றி எப்பொழுதேனும் அ-விற்கு நினைவு வரும் என்றாலும் அ-வின் இதயம், ஏனோ எ-வையோ, ஏ-வையோ தேடிப் பறந்து கொண்டே இருந்தது. எ - ஒரு காலத்தில் அ-வை நிறைய காதலித்தான் அ-ஆவின் மீது நிறைந்த காதலைப் பொழிந்து கொண்டிருந்தபோது. என்றாலும் இப்பொழுதும் ஏ, அ-விற்காகக் காத்திருந்தான். ஆனால், அதற்காக ஏ, ஐ

என்பவளிடம் விவாகரத்துப் பெறவேண்டும். ஐ, என்பவள் அ-வின் சகோதரி என்பதால், அ-வின் மனம் ஒருபோதும் அதை ஏற்காது. அவள் குழந்தை ஓ-வின் மீதும் அ-தன் அன்பை அன்புடன் பொழிந்து வந்தாள். அ-கொஞ்ச தூரம் நடந்து சென்று ஓ-என்கிற புதிய உயிர்க்காதலைக் கண்டறிவதை முனைப்புடன் தேடிக்கொண்டிருந்தாள்.

96. சோர்வு

சோர்ந்து போவதற்கு எனக்கு அனுமதியில்லை என்றேன் அவரிடம். வா, என்னைக் காதலித்துக் கொள் என்றார்.

97. ஒரு வாரம்

அவரை ஒரு வாரமாகத் தான் தெரியும் என்னைவிட பத்துவயதேனும் இளையவர். பார்த்தவுடனே வசீகரம் தாக்கியது. ஆண்களில் வழக்கமாய்க் காணாத வசீகரம். அவரை எல்லோரும் ஏபி என்று அழைத்தனர். நான் அதையே அவர் பெயர் என நினைதுத்க்கொண்டேன். என்னிடம் நெருக்கமாய் மாறினார். கொண்டு வரும் உணவினில் பகுதியைப் பகிர்ந்தார். என் புடவை ஆணியில் மாட்டினால் எல்லோரையும் போல விலகிச் செல்லாமல் எடுத்து விட்டுச் சென்றார். எழுதிக்கொண்டிருக்கையில் காகிதம் தீர்ந்து விட்டதே என்று நிமிர்ந்தால் காகிதம் எடுத்து வந்து கொடுத்தார். காபி தயாரித்து சர்க்கரையில்லாமல் என் மேசை மீது வைத்துச் செல்வார். அலுவலகம் வந்து சில மணி நேரங்கள் ஆகும் அவர் என் அருகினில் வந்து பேசுவதற்கு. விசாரிப்பாகச் சில சொற்களை உதிர்ப்பார். நான் அவரிடம் பேசுவதைத் தவிர்த்தேன். சமீபத்தில் தான் அவருக்குத் திருமணம் ஆகியிருந்தது என்பது முக்கியமான காரணம் நான் அவரை நெருங்காமல் இருப்பதற்கு. முப்பத்தைந்து வயதில் திருமணம் என்றால் ஒரு நீள இளம்பருவத்தைக் கழித்த ஆளுமை உடலெல்லாம் மனதெல்லாம் நடை உடை பாவனைகளிலெல்லாம் துளிர்த்துக் கிளைவிட்டிருக்குமே

அவற்றை அவரிடமும் காணமுடிந்தது. நான் நிமிர்ந்து கூடப் பார்ப்பதில்லை, சொற்களைக் குறைத்துக்கொண்டேன். நீங்கள் அதிகம் உதிர்க்கும் ஒரே சொல் நன்றி தான் என்றார். அதற்கும் நான் நன்றி என்று சொல்லும்போது நிமிர்ந்த ஒரு கணத்தில் அவர் கண்ணோரத்திலும் கடைவாயிலும் கீறலான ஒளி கூசும் புன்னகை. சில நாட்களாக அவர் அலுவலகம் வருவதில்லை. ஏன் என்று எவரையும் கேட்கும் துணிவில்லை. கேட்கும்போது என்னில் நான் திணித்துவைத்துக்கொண்டிருக்கும் வெட்கமும் காமமும் வெளிப்பட்டுவிடுமோ என்ற அரியவகை பயம். ஏபியின் அஞ்சலிக்கூட்டத்திற்குப் போகவேண்டும் நாம் என்றாள் உடன் பணி செய்தவள். அவள் அவன் மரணித்ததை நான் அறிந்திருந்தேன் என்று நினைத்திருந்தாள். அதனால் நான் அவளைக் கேட்கவே இல்லை, ஏபி எப்படி மரணித்தான் என்று.

98. ஒட்டுண்ணி

அவன் யார் என்று தொடர்ந்த முப்பது ஆண்டு ஆராய்ச்சியில் இன்று தற்செயலான அவனைப் பற்றிய நினைவுகளின் கோர்வையால், சொற்களின் சிதறலால் அவள் தலையைச் சுற்றி வந்து அடையைப் போல அடைந்து கொண்டன. முதலில் அவன் எப்பொழுதோ எப்படியோ என் மீது வந்து ஒட்டிக்கொண்டான். இன்னொருவனைத் தீவிரமாக, உயிருக்குயிராய்க் காதலிக்கும் ஒரு பெண்ணின் மீது எப்படி ஒட்டிக்கொள்வது என்பது அவனுக்குத் தெரிந்திருந்தது. அவளிடமிருந்து விலகி வாழ்ந்த உதிர்ந்த தன்மையுடைய ஒரு காதலை அவள் விலக்கிவைத்துவிடத் துணிந்தாள் பின்பு. ஒருவகையில் அவள் மீது காட்டும் தன் அக்கறையை நியாயப்படுத்தும் ஒட்டுதல். ஒட்டிக்கொண்ட பின், இது தன்னுடையது என்று எண்ணத்தைத் தனக்குத்தானே விதைத்துக்கொண்டான். பின், அவளை ஒரு கைப்பையைப் போல சில காலங்களில் ஒரு மிதியடி போல வைத்துக்கொள்ளவும் முடிந்தது. அவளால் மூச்சு முட்டக்கூட முடியாத ஓர் இயங்கு நிலையும் வந்தது. எப்பொழுதும் அவரிடம் இருந்தது, அவன் ஒட்டிக்கொண்ட செல்களைத் தவிர மற்ற செல்களால் எல்லாம் அவள் பிய்த்துப் பிரிந்துவிடுவாள் என்று அவன் திடமாக நம்பினான். பிரிந்து செல்லும் வரை அவள் அவனிடம் படாத துயரெல்லாம் பட்டாள்.

99. காமம்

அடர் காமம் நுரைத்திருந்த மனமுடன் தூங்கச் சென்றேன். காமத்தை வெளியேற்றப் பல வழிகளையும் கண்டறிந்த நவ நவீன காலம் தான் இது. விதவிதமான உடல் உத்திகள், கருவிச்செயல்பாடுகள், மந்திரச்செயல்கள், கலைவெளிப்பாடுகள். நுரைத்த காமத்தை இடம்பெறச் செய்ய, இல்லாமல் ஆக்கும் அந்த ஒரே வெளியாக கனவு மாறியிருந்ததால் காமத்தின் பெருகி அமிழ்த்தும் திரவத்துடன் நான் ஒரு நீர்நிலைக்குள் அமிழ்ந்திருக்க, என் தலை மூழ்காமல். இருந்தது போலவே எதிரே பழுப்பு நிறப் பாம்பின் தலை ஒன்றும் துடிக்கும் கண்களுடன் தலையை நீருக்கு வெளியே நீட்டிக் கொண்டிருந்தது. கண்திறந்து மூடிய கணத்தில் கனவு கலைந்து நீர்மமும் வற்றிப்போக ஒரு பெரிய மூங்கில் புதர் எழும்பியிருந்தது கண்டேன். அதில் பச்சை நிறப்பாம்பு ஒன்று தன் வெகு நீண்ட பின்னுடலை ஒரு பெண்ணின் பின் புரளும் உடையைப் போல வாகாகத் தன் கையால் வாரி சுருட்டிக்கொண்டு, ஒரு மூங்கிலைப் போலவே தன்னைத் துணித்துக் கொண்டு அமர்ந்துவிட்டது. கூர்ந்து பார்த்தால் தான் அதன் தலையை வெட்டுண்ட மூங்கில் பகுதியிலிருந்து தலையை வேறுபடுத்திப் பார்க்கமுடியும். ஒரு கம்பினால் அதன் தலையை வெகுவாகத் தூண்டிப் பார்க்கையில் எப்படியோ என்னுடன் வந்த அந்த இரண்டு ஆண்களுமே பாம்பினை அடித்துவிடுவார்கள். காமம் என்றால் அப்படித்தான். அடித்துத் துவைத்துத் துன்புறுத்தி விடுவார்கள். கழியினை நெகிழ்த்திப் பாம்பினை அவிழ்த்துவிட பாம்பு மிக நீண்ட வாலுடன் என் உடலிலிருந்து வெளியேறிச் சென்றது.

100. நூறாவது கதையையும் தாண்டி

ஒரு கதையை வாசித்து முடிக்கையில் இரண்டு கதைகளாகியது. இரண்டு கதைகளையும் அறிந்து முடித்திருந்தபோது நான்கு கதைகள். நான்கு, எட்டு கதைகள். இப்படியாகக் கதைகள் பிளவுண்டு விரிந்து சென்று கொண்டேயிருந்தன. ஒவ்வொரு கதையும் இன்னொன்றின் நெருக்கமான உறுப்பாக இருந்தமையால் ஒரே கதையாகியிருந்ததை நூறுகதைகளைத் தாண்டியபோது உணரமுடிந்தது. கதைகளின் எண்ணிக்கையோ வளர்ந்துகொண்டேயிருக்கிறது.

குட்டி ரேவதி - பாளையங்கோட்டை அரசினர் சித்தமருத்துவக் கல்லூரியில் சித்தமருத்துவத் துறையில் மருத்துவப்பட்டம் வென்றிருக்கிறார்.

பூனையைப் போல அலையும் வெளிச்சம் (2000), முலைகள் (2002), தனிமையின் ஆயிரம் இறக்கைகள் (2003), உடலின் கதவு (2006), யானுமிட்ட தீ (2011), முத்தத்தின் அலகு (காதல் கவிதைகளின் தொகுப்பு, 2011), மாமத யானை (2012), இடிந்த கரை (2012), அகவன் மகள் (2013), காலவேக மதயானை (2016), அகமுகம் (2017), மூவாமருந்து (2019) ஆகிய கவிதை நூல்களை எழுதியுள்ளார். இந்தக் கவிதைகள் இரண்டு தொகுதிகளாகவும் வெளிவந்துள்ளன. "முள்ளிவாய்க்காலுக்குப் பின்", (ஈழத்திலிருந்து புலம்பெயர்ந்த கவிஞர்களின் ஈழ இனப்படுகொலை பற்றிய நினைவுக்கவிதைகள், 2011) என்ற தொகுப்பையும் வெளியிட்டிருக்கிறார். UK Southbank Centre நிறுவனம் தேர்ந்தெடுத்த சென்ற நூற்றாண்டின் சிறந்த ஐம்பது காதல் கவிதைகளில் இவரது 'முலைகள்' கவிதையும் ஒன்று.

'நிறைய அறைகள் உள்ள வீடு' (2013), விரல்கள் (2018) ஆகிய சிறுகதை நூல்களை வெளியிட்டிருக்கிறார். "காலத்தைச் செரிக்கும்

வித்தை", (தமிழ்ப் பெண்ணிய விவாதங்களை முன்வைக்கும் கட்டுரைகள், 2010), "நிழல் வலைக்கண்ணிகள்", சாதியையும் பாலியலையும் ஆராயும் பெண்ணியக் கட்டுரைகள், 2011), "ஆண் குறி மையப் புனைவைச் சிதைத்த பிரதிகள்", (தமிழ் நவீனப்பெண் கவிஞர்களின் கவிதைகள் குறித்த மீளாய்வுக் கட்டுரைகள், 2011) ஆகிய கட்டுரை நூல்களை எழுதியிருக்கிறார்.

கல்லுடைக்கும் தொழிலாளர்களின் உரிமைகளைப் பேசும் 'கல் மனிதர்கள்' என்ற முழுநீள ஆவணப்படத்தை இயக்கியிருக்கிறார். ஆஸ்கர் விருது வென்ற இசையமைப்பாளர் ஏ.ஆர்.ரஹ்மான் அவர்களின் 'இரசாயன ரோஜாக்கள்' இசை ஆல்பத்தில் பாடல்கள் எழுதியிருக்கிறார். மரியான், அருவி எனத் தொடர்ந்து, திரைப்படங்களுக்குப் பாடல்கள் எழுதிவருகிறார். 'சிறகு', (2019) என்ற முழுநீளத்திரைப்படத்தை First Copy Productions மாலா மணியன் தயாரிப்பில், இயக்கியிருக்கிறார்.

பெண்ணியம், சாதிய மறுப்பு, மனித உடல் கருத்தாக்கங்கள், பௌத்தம், திரைவெளி ஆகியவை இவரது மையச் செயல்பாட்டு வெளிகளாகும்.

www.ingramcontent.com/pod-product-compliance
Ingram Content Group UK Ltd.
Pitfield, Milton Keynes, MK11 3LW, UK
UKHW042131021026
15589UKWH00003B/750

9 789390 053346